# [illegible]G KUMPLETO KOREAN-AMERICANOO MAGLUTO AKLAT

## 100 FUSED MGA PINGGAN NA ANG SARAP NG BAHAY

Mariano Vega

**Disclaimer**

Ang impormasyong nakapaloob sa eBook na ito ay nilayon na magsilbi bilang isang komprehensibong koleksyon ng mga diskarte na ginalugad ng may-akda ng eBook na ito. Ang mga buod, diskarte, tip, at trick ay mga rekomendasyon lamang ng may-akda, at hindi ginagarantiyahan ng pagbabasa ng eBook na ito na tumpak na masasalamin ng iyong mga resulta ang mga natuklasan ng may-akda. Ginawa ng may-akda ng eBook ang lahat ng makatwirang pagsisikap na magbigay ng kasalukuyan at tumpak na impormasyon para sa mga mambabasa ng eBook. Ang may-akda at ang kanyang mga nag-ambag ay hindi mananagot para sa anumang hindi sinasadyang mga pagkakamali o pagkukulang na maaaring matagpuan. Ang materyal sa eBook ay maaaring maglaman ng impormasyon mula sa mga ikatlong partido. Ang Mga Third-Party na Materyal ay naglalaman ng mga opinyon na ipinahayag ng mga may-ari ng mga ito.

# TALAAN NG NILALAMAN

## PANIMULA

Lahat tayo ay may paboritong recipe ng pamilya. Ang ilan ay maingat na ipinasa sa mga henerasyon habang ang iba ay nagmamadaling sinabihan sa telepono pagkatapos tumakas sa pugad ang isang nakababatang miyembro ng pamilya. Madalas na imposibleng gawin ang ulam na parang nasa iyong memorya; minsan ang mga pagbabago ay maaaring gawin nang kusa o dahil sa pangangailangan, ngunit gaano man ito umusbong sa paglipas ng mga taon, ang puso ng ulam ay laging nananatili.

Ang mga Korean Americano recipe na ito ay naglalarawan kung paano ang dalawang magkaibang kultura ng pagkain na pinagsama-sama ay lumikha ng isang mapag-imbentong hybrid na lutuing parang tahanan.

# MGA SABAW

## 1. Korean-Americano Patani Curd Sabaw

Oras ng Paghahanda: 15 minuto
Oras ng Pagluluto: 20 minuto
Servings: 4 na tao

**MGA SANGKAP**

- 1 kutsarang garlic paste
- 3 $\frac{1}{2}$ tasa ng tubig
- $\frac{1}{2}$ kutsarang dashi granules
- 3 kutsarang Korean-Americano patani curd paste
- 1 zucchini, diced
- $\frac{1}{4}$ pound sariwang mushroom, quartered
- 1/ kutsarang Korean-Americano hot paminta paste
- 1 patatas, binalatan at hiniwa
- 1 - 12-onsa na pakete ng malambot na tofu, hiniwa
- 1 sibuyas, diced

**MGA DIREKSYON**

a) Idagdag ang tubig sa isang malaking kawali, idagdag ang bawang, mainit na paminta at curd pastes.
b) Painitin hanggang sa kumulo at patuloy na kumulo ng 2 minuto upang makatulong na matunaw ang mga paste.
c) Susunod, idagdag ang patatas, sibuyas, zucchini at mushroom, haluin, dalhin pabalik sa pigsa para sa isa pang 6 na minuto.
d) Panghuli idagdag ang tofu, kapag lumaki na ito at malambot na ang mga gulay, ihain sa mga mangkok at magsaya.

2. <u>Korean-Americano Damong-dagat Sabaw</u>

Oras ng Paghahanda: 15 minuto
Oras ng Pagluluto: 30 minuto
Servings: 4 na tao

## MGA SANGKAP

- 2 kutsarita ng sesame oil
- 1 - 1 onsa na pakete ng tuyo na kayumangging damong-dagat
- 1 $\frac{1}{2}$ kutsarang toyo
- $\frac{1}{4}$ pound karne ng baka top sirloin, tinadtad
- 6 tasang tubig
- 1 kutsarita ng asin
- 1 kutsaritang tinadtad na bawang

## MGA DIREKSYON

a) Ilagay ang damong-dagat sa isang lalagyan na may tubig at takpan, hayaan itong magbabad hanggang sa lumambot, pagkatapos ay hiwain ng 2 pulgada ang haba.
b) Maglagay ng kawali sa init, pagkatapos ay ilagay sa mantika, asin ayon sa panlasa, karne ng baka at $\frac{1}{2}$ kutsarang toyo, haluin nang sama-sama ng 1 minuto.
c) Susunod na paghaluin ang damong-dagat kasama ang natitirang toyo, lutuin ng karagdagang 1 minuto.
d) Ngayon magdagdag ng 2 tasa ng tubig at init hanggang sa magsimula itong kumulo.
e) Ibuhos ang bawang kasama ang natitirang tubig, sa sandaling kumulo muli, pababain ang apoy at lutuin sa mababang init sa loob ng 20 minuto.
f) Itama ang pampalasa at ihain.

## 3. Hipon Kanin Sabaw

Oras ng Paghahanda: 120 minuto
Oras ng Pagluluto: 32 minuto
Servings: 3 tao

**MGA SANGKAP**

- 1 kutsarang sesame oil
- 2 tasang puting bigas
- 1 kutsarang kanin wine
- 9 na onsa na hipon, pinagbalat ng balat at nililinis
- 12 tasang tubig
- Panimpla sa panlasa

**MGA DIREKSYON**

a) Kunin ang kanin at banlawan, ilagay sa gilid ng 120 minuto.
b) Idagdag ang mantika sa isang kawali at init, sa sandaling mainit na patak sa mga hipon na may kanin wine at lutuin ng isang minuto, pagkatapos ay idagdag ang kanin na haluin at iprito ng 1 minuto pa.
c) Ilagay ang tubig at painitin hanggang kumulo, kapag lumaki na ang kanin sa 3 beses na laki, hinaan ang apoy.
d) Magluto ng isa pang 10 minuto.
e) Itama ang pampalasa at ihain habang mainit pa.

## 4. Pinatuyong Bakalaw Sabaw

Oras ng Paghahanda: 25 minuto
Oras ng Pagluluto: 30 minuto
Servings: 2 tao

**MGA SANGKAP**

- 9 onsa na malambot na tofu
- 2 - 3 tasang pinatuyong Pollack
- 2 cloves ng bawang, tinadtad
- 3 scallions
- 3 ½ kutsarang sesame oil
- 3 ½ tasa Dashida, stock ng Koreansabaw
- Asin sa panlasa
- 1 itlog
- 5 tasang tubig
- Patani sprouts, kung ninanais
- Red paminta mga natuklap kung ninanais

**MGA DIREKSYON**

a) Hiwain ang isda sa manipis na piraso, humigit-kumulang 1 $\frac{1}{2}$ pulgada ang haba.
b) Init ang mantika sa isang kawali at iprito ang mga piraso ng isda sa loob ng 3 minuto.
c) Susunod, ibuhos ang tubig kasama ang Korean-Americano stock at bawang, lagyan ng takip at init hanggang sa kumulo, pagkatapos ay i-down ang apoy.
d) Hatiin ang tofu sa $\frac{1}{2}$ pulgadang piraso at idagdag sa kawali.
e) Kung gumagamit ng patani sprouts idagdag ang mga ito ngayon.
f) Ilagay muli ang takip at lutuin ng 15 minuto.
g) Talunin ang itlog, gamit ang isang maliit na mangkok.
h) Haluin ang sopas, haluing mabuti, ngayon idagdag ang mga scallions, gupitin sa 1 pulgada ang haba.
i) Magluto ng isa pang 2 minuto at itama ang pampalasa.
j) Magluto ng mainit.
k) Alikabok ng paminta mga natuklap kung ninanais.
l) Maaaring kainin kasama ng steamed kanin.

## 5. Karne ng baka Brisket at Tripe Sabaw

Oras ng Paghahanda: 120 minuto
Oras ng Pagluluto: 360 minuto
Servings: 10 tao

**MGA SANGKAP**

- 1 scallion, tinadtad para sa bawat serving mangkok
- 1 pakete ng oxtail bones kabilang ang karne, Korean-Americano supermarket
- Panimpla sa panlasa
- 1 $\frac{1}{2}$ galon ng tubig

**MGA DIREKSYON**

a) Idagdag ang oxtail sa isang mangkok na naglalaman ng tubig at hayaan itong magbabad, alisin ang labis na dugo, palitan ang tubig ng 2-3 beses.
b) Kapag handa na idagdag ang mga buto sa isang malaking palayok at takpan ang mga ito ng 1 $\frac{1}{2}$ galon ng tubig.
c) Ilagay sa kalan at lutuin ang pinakamababang 6 na oras, mas mahaba ang iyong pagluluto mas masarap ang lasa at karne.
d) Habang nagluluto ito, patuloy na i-skim ang mantika na lumalabas sa itaas, panatilihing humigit-kumulang 1 galon ang antas ng tubig habang nagluluto.
e) Kapag tapos na ang kulay ay dapat na mukhang mag-atas.
f) Itama ang pampalasa.
g) Ihain sa mga mangkok na may oxtail at ikalat ang tinadtad na scallion sa ibabaw.

## 6. Soypatani Sprout Sabaw

Oras ng Paghahanda: 10 minuto
Oras ng Pagluluto: 30 minuto
Servings: 2-3 tao

**MGA SANGKAP**

- 1 scallion, tinadtad
- 2 tasang soypatani sprouts
- 2 kutsarang toyo
- 2 cloves ng bawang, tinadtad
- 5 tasang tubig
- 1 kutsarang sesame oil
- 1 - 2 kutsarang red paminta mga natuklap, kung gusto
- 1 kutsarita ng asin

**MGA DIREKSYON**

a) Linisin ang soypatani sprout sa tubig, pagkatapos ay alisan ng tubig, alisin ang anumang hindi gustong bahagi.
b) Ilagay ang mantika sa kaldero at kapag mainit na iprito ang bawang sabay dagdag ng toyo, lutuin ng 3 minuto.
c) Ibuhos sa tubig at ilagay ang mga sprout at timplahan, init hanggang sa magsimula itong kumulo.
d) Ngayon ay hinaan ang apoy at lutuin sa mababang init sa loob ng 20 minuto na may takip.
e) Kung gusto mong magdagdag ng red paminta mga natuklap, ilagay ito sa loob ng 5 minuto bago matapos ang pagluluto.
f) Alisin ang apoy at ihain sa mga mangkok na may tinadtad na scallion sa ibabaw.

## 7. Manok at Ginseng Sabaw

Oras ng Paghahanda: 20 minuto
Oras ng Pagluluto: 25 minuto
Servings: 4 na tao

**MGA SANGKAP**

- 2 kutsarang bawang, tinadtad ng pinong
- 1 kutsarita sesame buto
- 2 kutsarang sariwang luya, tinadtad ng pinong
- 8 tasang sabaw ng manok
- 1 kutsarang toyo
- 1 - 2 kutsarita ng red chili paminta paste
- $\frac{1}{2}$ tasang bigas
- 1 kutsarita toasted sesame oil
- 2 scallions, tinadtad ng pinong
- 1 tasa ng ginutay-gutay na nilutong manok

**MGA DIREKSYON**

a) Iprito ang mga buto sa loob ng 1 minuto, hanggang maging ginintuang sa isang tuyong kawali, pagkatapos ay ilagay sa isang tabi.
b) Gamit ang isang malaking kaldero, ilagay ang bawang, sabaw at luya at init hanggang sa kumulo.
c) Kapag kumulo ito halo-halong sa chili paste, toyo at sesame oil.
d) Ilagay ang manok at painitin hanggang sa maging mainit.
e) Ilagay ang sopas sa mga serving mangkok at tapusin ang mga scallion at buto sa itaas.

## 8. Kanin at Karne ng baka Pansit Sabaw

Oras ng Paghahanda: 30 minuto
Oras ng Pagluluto: 75 minuto
Servings: 8 tao

**MGA SANGKAP**

- $\frac{1}{2}$ buong Korean-Americano na labanos
- $\frac{1}{2}$ pound karne ng baka rib bifstik
- $\frac{1}{4}$ pound Chinese pansits
- 1½pound shank ng karne ng baka
- 5 siwang bawang
- 1 scallion, malaki at tinadtad
- Panimpla sa panlasa

**MGA DIREKSYON**

a) Kunin ang karne ng baka at hiwain sa mga piraso ng laki ng bibig.
b) Gupitin ang labanos sa dalawang piraso.
c) Ngayon pakuluan ang mga ito gamit ang isang malaking kaldero na may 30 tasa ng tubig, kapag kumulo ito ay hinaan ang apoy at kumulo ng 60 minuto.
d) Kapag malambot na ang karne, alisin ito mula sa sabaw, kasama ang labanos, hayaang lumamig ang sabaw, alisin ang labis na mantika.
e) Kapag maaari mong hawakan ang hiwa ng labanos sa $\frac{1}{8}$ makapal na hiwa.
f) Ilagay ang karne na may hiniwang labanos pabalik sa sabaw at pakuluan muli sa pagkakataong ito idagdag ang pansits.
g) Ilagay ang scallions at itama ang pampalasa gamit ang asin at paminta.
h) Ihain sa mga mangkok ng sopas at magsaya.

## 9. Korean-AmericanoPutulin kutsilyo  Pansit Sabaw

Oras ng Paghahanda: 15 minuto
Oras ng Pagluluto: 25 minuto
Servings: 4 na tao

**MGA SANGKAP**

½ kutsaritang tinadtad na bawang
4 ½ tasang pinatuyong bagoong at stock ng kelp o tubig
½ kutsarita ng pinong sea salt
1 kutsarita ng toyo
Tubig para magluto ng pansits
1.7 ounces 'carrot, gupitin sa manipis na piraso
10 ounces kalguksu o ramen pansits
1.4 ounces na shitake mushroom, hiniwang manipis
3.5 ounces 'zucchini, gupitin sa manipis na hiwa
3.5 onsa na hipon, ulo at buntot ay inalis, na-devein
4.5 ounces sariwa o frozen na littleneck clams, nilinis
1 scallion, tinadtad

**MGA DIREKSYON**

1. Maglagay ng dalawang kaldero sa kalan, ang isa ay may tubig para sa pansit at painitin hanggang sa kumulo. Ang isa ay gumagamit ng isang malaking kaldero at idagdag ang stock ng kelp o tubig at pakuluan.
2. Lutuin ang pansits ng 3 minuto, salain at banlawan kapag handa na at ilagay sa gilid.
3. Sa pangunahing palayok idagdag ang mga carrots, mushroom at zucchini, lutuin ng 2 minuto pagkatapos ay ihulog ang mga tulya at hipon para sa karagdagang 2 minuto.
4. Huling idagdag ang pansits at haluin.
5. Kapag mainit na ihain sa mga mangkok.
6. Tandaan. Kung gumagamit ng tubig sa halip na stock magdagdag ng dagdag na toyo at pampalasa para sa karagdagang lasa.

## 10. Leeg ng baboy Sabaw

Oras ng Paghahanda: 120 minuto
Oras ng Pagluluto: 120 minuto
Servings: 4 na tao

**MGA SANGKAP**
1 maliit na sibuyas
3-pound leeg ng baboy
10 mais na itim na paminta
1 piraso ng laki ng hinlalaki sariwang luya, binalatan
3 kutsarang perilla seed pulbos
10 cloves ng bawang
3 kutsarang kanin wine
1 kutsaritang giniling na luya
3 kutsarang Korean-Americano red paminta pulbos
3 kutsarang patis
4 maliit na mag-atas na patatas, binalatan
1 bungkos ng Chinese cabbage o bok choy
5 scallions, tinadtad
Panimpla sa panlasa
10 dahon ng perilla

**MGA DIREKSYON**

1. Ilagay ang baboy sa tubig at ibabad ng 120 minuto, linisin ang tubig pagkatapos ng 60 minuto.
2. Kapag handa na, ilagay ang karne sa isang malaking kaldero, takpan ng tubig at init hanggang kumulo, hayaang kumulo ng 6 minuto.
3. Ngayon salain ang tubig at banlawan ang karne gamit ang malamig na tubig.
4. Linisin ang kaldero, pagkatapos ay muling idagdag ang karne at lagyan ng sapat na tubig upang matakpan ito.
5. Ilagay ang buong sibuyas, 4 na sibuyas ng bawang, luya at mais ng paminta, init ito hanggang sa kumulo, hinayaang kumulo ang apoy at lutuin ng 90 minuto.
6. Samantala, haluin ang kanin wine, perilla seed pulbos, red paminta, patis, 6 na bawang at luya na pulbos.
7. Kapag nahalo na ang sarsa, ilagay sa isang tabi.
8. Kapag handa na ilabas ang baboy sa stock at ilagay sa isang tabi.
9. Alisin ang luya, sibuyas na sili at bawang, ngayon ay ibalik ang baboy.
10. Ilagay ang patatas na may sarsa at paghaluin, timplahan at lutuin ng karagdagang 20 minuto.
11. Huling ihulog ang dahon ng perilla at repolyo, lutuin ng 2-3 minuto.
12. Ihain sa mga mangkok na may mga scallion at itim paminta sa ibabaw.

# PANGUNAHING PAGKAIN

## 11. Gyeranbap na may Inihaw Damong-dagat

Nagsisilbi 1

**MGA SANGKAP**

- 1 tasang nilutong puting bigas, mas mabuti na sariwa
- 2 kutsarita ng toasted sesame oil
- $\frac{3}{4}$ kutsarita ng toyo, at higit pa sa panlasa
- 2 malalaking itlog
- 1 (5-gramo) packet gim, dinurog gamit ang iyong mga kamay
- Capers, para sa paghahatid
- Bagong giniling na itim na paminta

Mga tagubilin

a) Idagdag ang bigas sa isang medium mangkok at itabi.

b) Sa isang medium nonstick skillet, init ang sesame oil at toyo sa sobrang init. Magbasag sa mga itlog. Bawasan ang apoy kung ang splatter ay masyadong marami, ngunit kung hindi man ay lutuin lamang hanggang ang mga puti ay unan, bahagyang malutong sa mga gilid, at ang puting bahagi sa paligid ng yolk ay hindi na likido, mga 1 minuto (kung ang iyong kawali ay sapat na mainit; mas mahaba kung hindi). Gayundin, dapat ay nabahiran ng toyo ang mga puti at bumulaga, na nagiging malagkit na glaze.

c) I-slide ang piniritong itlog sa ibabaw ng kanin, mag-shower gamit ang gim, at tuldukan ng ilang caper. Timplahan ng paminta. Paghaluin ang lahat gamit ang isang kutsara bago tikman. Ito ay kung saan maaari kang mag-adjust para sa pampalasa, pagdaragdag ng mas maraming toyo kung kinakailangan.

12. <u>Bulgogi ng baka</u>

Oras ng Paghahanda: 10 minuto
Oras ng Pagluluto: 5 minuto
Servings: 4 na tao

**MGA SANGKAP**

- 2 ½ kutsarang puting asukal
- 1 pound flank bifstik, hiniwang manipis
- ¼ tasang scallions, tinadtad
- 5 kutsarang toyo
- 2 kutsarang tinadtad na bawang
- ½ kutsarita ng ground itim paminta
- 2 kutsarang sesame oil
- 2 kutsarang linga

**MGA DIREKSYON**

a) Ilagay ang karne sa isang low sided dish.
b) Pagsamahin ang asukal, bawang, toyo, linga at mantika, kasama ang mga scallion at itim na paminta sa isang mangkok.
c) Ibuhos ang karne ng baka at takpan ang ulam pagkatapos ay magpahinga ng 60 minuto, mas mahaba, mas mabuti kahit magdamag, sa refrigerator.
d) Kapag handa na, init ang grill o BBQ at langisan ang rehas na bakal.
e) Sa sandaling mainit na ihaw ang karne sa loob ng 2 minuto sa magkabilang gilid at ihain.

## 13. Korean-Americano BBQ Maikling buto-buto

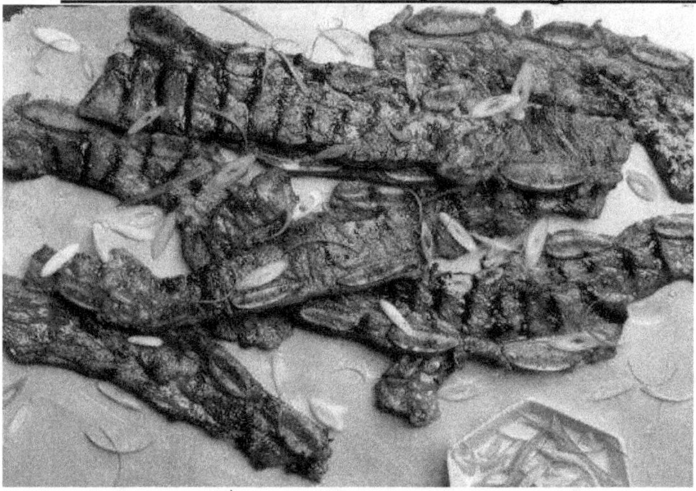

Oras ng Paghahanda: 15 minuto
Oras ng Pagluluto: 10 minuto
Servings: 5 tao

**MGA SANGKAP**

- 3 kutsarang puting suka
- $\frac{3}{4}$ tasa ng toyo
- $\frac{1}{4}$ tasa dark brown sugar
- $\frac{3}{4}$ tasa ng tubig
- 1 kutsarang itim na paminta
- 2 kutsarang puting asukal
- $\frac{1}{4}$ tasang tinadtad na bawang
- 3 pounds' Korean-Americano style Maikling buto-buto, pinutol sa mga buto
- 2 kutsarang sesame oil
- $\frac{1}{2}$ malaking sibuyas, tinadtad

**MGA DIREKSYON**

a) Pagsamahin ang suka, toyo at tubig sa isang baso o hindi kinakalawang na mangkok.
b) Ngayon ihalo ang dalawang asukal, mantika, sibuyas, paminta, at bawang, talunin hanggang matunaw ang mga asukal.
c) Ilagay ang mga buto-buto sa sarsa at takpan ng cling wrap, ilagay sa refrigerator nang hindi bababa sa 7 oras.
d) Painitin ang garden grill kapag handa nang lutuin.
e) Alisin ang mga buto-buto mula sa marinade at ihaw ng 6 na minuto sa magkabilang gilid, ulam kapag handa na.

## 14. Korean-Americano Manok

Oras ng Paghahanda: 45 minuto
Oras ng Pagluluto: 20 minuto
Servings: 4 na tao

**MGA SANGKAP**

- 2 kutsarang linga
- 1 - 3-pound buong manok
- $\frac{1}{8}$ kutsarita ng asin
- $\frac{1}{4}$ tasang toyo
- 1 scallion, tinadtad
- $\frac{1}{8}$ kutsarita ng ground itim paminta
- 1 sibuyas na bawang
- 1 kutsarang puting asukal
- 1 kutsarita ng peanut mantikilya
- 1 kutsarita ng monosodium glutamate

**MGA DIREKSYON**

a) Alisin ang manok sa mga buto gamit ang isang matalim na kutsilyo.
b) Hiwain ang karne sa $\frac{1}{8}$ pulgadang makapal na hiwa, 2 pulgadang parisukat, ilagay ang karne sa isang mangkok na may toyo.
c) Iprito ang mga buto ng linga sa isang tuyong kawali, ilagay sa isang mangkok na gawa sa kahoy kapag nagsimula silang mag-pop, at magdagdag ng asin.
d) Susunod, durugin ang mga buto gamit ang likod ng isang kutsara.
e) Kapag naging pinong idagdag ang bawang, paminta, asukal, sibuyas, monosodium at langis na pinaghalo nang maayos.
f) Ihalo ang manok na may toyo at hayaang mag-marinate ng 30 minuto.
g) Gamitin ang parehong kawali tulad ng naunang at magprito sa mababang temperatura na sakop.
h) Kapag malambot na ito ay handa na, maaaring kailanganin mo ng kaunting tubig upang mapanatili itong basa habang nagluluto.

## 15. Korean-Americano Bifstik

Oras ng Paghahanda: 20 minuto
Oras ng Pagluluto: 10 minuto
Servings: 6 na tao

**MGA SANGKAP**

- 5 kutsarang puting asukal
- 2 pounds' scotch fillet, hiniwang manipis
- 2 $\frac{1}{2}$ kutsarang linga
- $\frac{1}{2}$ tasang toyo
- 2 cloves bawang, durog
- 2 kutsarang sesame oil
- 5 kutsarang mirin, Japanese matamis wine
- 3 shallots hiniwa ng manipis

**MGA DIREKSYON**

a) Pagsamahin ang linga at mantika, bawang, toyo, shallots, asukal at mirin.
b) Ilagay ang karne sa sarsa at ihalo sa karne, takpan at ilagay sa refrigerator sa loob ng 12 oras.
c) Kapag handa na magpainit ng kawali sa katamtamang init at iprito ang karne sa loob ng 6-8 minuto, o hanggang maluto.
d) Lutuin na may sinangag o salad.

## 16. Chap Chee Pansits

Oras ng Paghahanda: 35 minuto
Oras ng Pagluluto: 20 minuto
Servings: 4 na tao

**MGA SANGKAP**

- 2 scallions, tinadtad ng pinong
- 1 kutsarang toyo
- 1 kutsarita sesame buto
- 1 kutsarang sesame oil
- 1 sibuyas na bawang, tinadtad
- ¼ kutsarita ng itim na paminta
- 2 kutsarang langis ng gulay
- 1 kutsarita ng asukal
- ½ tasa ng manipis na hiniwang karot
- ½pound top sirloin karne ng baka, hiniwang manipis
- ¼ pound Napa repolyo, hiniwa
- 3 ounces' cellophane pansits, ibinabad sa maligamgam na tubig
- ½ tasa ng hiniwang usbong ng kawayan
- 2 tasang sariwang spinach, tinadtad
- 1 kutsarang asukal
- ¼ kutsarita ng itim na paminta
- 2 kutsarang toyo
- ½ kutsarita ng asin

**MGA DIREKSYON**

a) Gamit ang isang malaking mangkok, haluin ang sesame oil at mga buto, scallions 1 kutsarang toyo, kutsarita ng asukal, bawang at $\frac{1}{4}$ kutsarita ng paminta.
b) Paghaluin ang karne ng baka at iwanan ng 15 minuto sa silid.
c) Ilagay sa isang malaking kawali o kawali kung mayroon kang ipapainit na may kaunting mantika.
d) Iprito ang karne ng baka hanggang maging kayumanggi pagkatapos ay ilagay ang repolyo, carrots, kawayan at spinach, haluing mabuti.
e) Sunod na haluin ang pansits, 1 kutsarang asukal, paminta, asin at 2 kutsarang toyo.
f) Haluin ng mabuti at ihinain ang apoy, lutuin hanggang sa mag init sa kabuuan.

## 17. Korean-Americano Maanghang Marinated Pork

Oras ng Paghahanda: 45 minuto
Oras ng Pagluluto: 15 minuto
Servings: 8 tao

**MGA SANGKAP**

- $\frac{1}{2}$ tasa Korean-Americano hot paminta paste
- $\frac{1}{4}$ tasang kanin wine vinegar
- 3 kutsarang tinadtad na bawang
- 2 kutsarang toyo
- 2 kutsarang red paminta mga natuklap
- 3 kutsarang puting asukal
- $\frac{1}{2}$ kutsarita ng itim na paminta
- 3 kutsarang tinadtad na sariwang luya
- 3 scallions, gupitin sa 2 pulgada ang haba
- 1 - 2-pound na piraso ng baboy loin, hiniwa sa $\frac{1}{4}$ pulgadang makapal na hiwa
- $\frac{1}{2}$ dilaw na sibuyas, gupitin sa $\frac{1}{4}$ pulgadang makapal na singsing
- $\frac{1}{4}$ tasa ng langis ng canola

**MGA DIREKSYON**

a) Pagsamahin ang toyo, bawang, pulang paminta na natuklap, asukal, scallions, suka, paminta paste, luya, dilaw na sibuyas at itim na paminta.

b) Kapag nahalo na mabuti idagdag ang hiniwang baboy at ipahid ang sarsa sa ibabaw ng baboy, pahiran ng mabuti.

c) Ilagay sa isang Ziploc bag at ipahinga sa refrigerator sa loob ng 3 oras.

d) Kapag handa nang lutuin, idagdag ang mantika sa isang kawali at iprito sa mga batch sa isang medyo init.

e) Kapag ito ay naging, ginintuang at hindi na kulay rosas sa gitna, ilagay sa mga pinggan.

f) Ihain kasama ng kanin at salad.

## 18. Korean-Americano Marinated Flank Bifstik

Oras ng Paghahanda: 15 minuto
Oras ng Pagluluto: 15 minuto
Servings: 6 na tao

**MGA SANGKAP**

- 1 sibuyas, tinadtad nang halos
- 4 na butil ng bawang
- 2 $\frac{1}{2}$ tasang low sodium soy sarsa
- 1 kutsarita tinadtad na sariwang luya
- $\frac{1}{4}$ tasa toasted sesame oil
- 2 kutsarang unseasoned meat tenderizer
- 2 libra' karne ng baka flank bifstik, pinutol
- 3 kutsarang Worcestershire sarsa
- 1 tasang puting asukal

**MGA DIREKSYON**

a) Ilagay ang luya, bawang at sibuyas sa isang blender, ngayon ay idagdag ang sesame oil, asukal, toyo, tenderizer at Worcestershire, pulso hanggang makinis.
b) Kapag handa na idagdag ang sarsa sa Ziploc bag o mangkok kung wala ka nito.
c) Markahan ang karne gamit ang isang kutsilyo at ilagay sa marinade, iwanan sa refrigerator magdamag.
d) Painitin ang panlabas na grill at lutuin ang bifstik sa loob ng 5-6 minuto sa magkabilang gilid, o mas matagal kung gusto mo.
e) maglingkod.

## 19. Matamis Grilled Lamb Chops na may Maanghang

Oras ng Paghahanda: 15 minuto
Oras ng Pagluluto: 10 minuto
Servings: 4 na tao

**MGA SANGKAP**

- 1 kutsarang Korean-Americano na soy patani paste
- 2 fluid ounces' sake
- 2 kutsarang mirin
- 1 $\frac{1}{4}$ ounces Korean-Americano chili paste
- 1 kutsarang toyo
- 1 kutsarang pulot
- 1 kutsarang sesame oil
- 16 French trimmed lamb rib chops
- 1 $\frac{1}{2}$ kutsarita Korean-Americano chili mga natuklap
- Sesame buto para sa paghahatid
- Langis para sa pagluluto

**MGA DIREKSYON**

a) Gamit ang isang mangkok, ihalo ang patani paste, sake, toyo, pulot, chili paste, mirin, sesame oil, at chili mga natuklap hanggang sa maging makinis.
b) Ilagay ang tupa at pahiran ang sarsa sa lahat ng ito.
c) Ilagay ang cling wrap sa ibabaw ng mangkok at ilagay sa refrigerator sa loob ng hindi bababa sa 4 na oras.
d) Kapag handa nang magluto, sindihan ang char grill at lagyan ng grasa ang mga grills.
e) Takpan ang mga buto ng tupa sa foil upang hindi na masunog.
f) Magluto ng humigit-kumulang 6-8 minuto, iikot ang mga ito sa kalahati ng pagluluto.
g) Ilagay sa mga serving platters at tapusin na may dusting ng sesame buto.

## 20. Korean-Americano Roast Manok Thighs

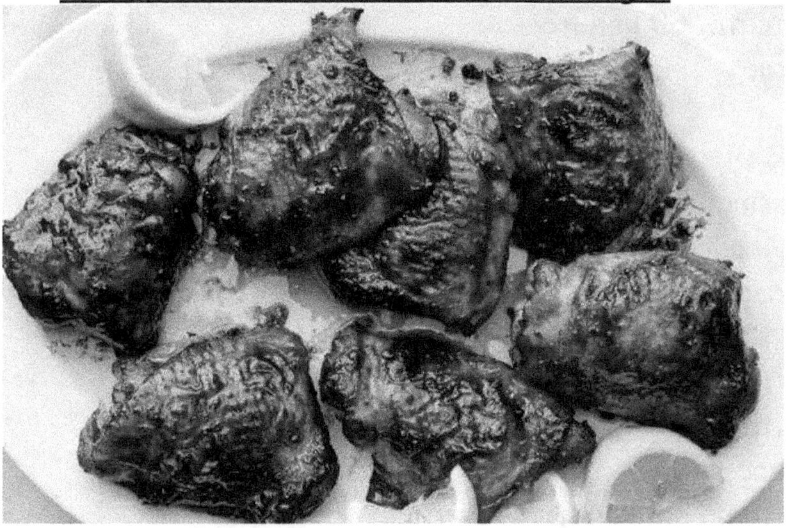

Oras ng Paghahanda: 10 minuto
Oras ng Pagluluto: 60 minuto
Servings: 8 tao

**MGA SANGKAP**

- $\frac{1}{2}$ tasang tinadtad na scallion
- 8 hita ng manok, balat
- 3 kutsarang sesame oil
- $\frac{1}{2}$ tasang toyo
- 2 kutsaritang tinadtad na bawang
- $\frac{1}{4}$ kutsarita ng itim na paminta
- 3 kutsarang pulot
- $\frac{1}{4}$ kutsarita ng giniling na luya

**MGA DIREKSYON**

a) Painitin ang kalan sa 375F.
b) Idagdag ang manok na may balat pababa sa isang litson.
c) Paghaluin ang natitirang mga sangkap sa isang mangkok.
d) Ibuhos ang sarsa sa ibabaw ng manok at ilagay sa oven.
e) Magluto sa oven nang walang takip sa loob ng 45 minuto.
f) Ngayon i-flip ang manok at lutuin ng karagdagang 15 minuto.
g) Ihain kapag naluto na.

## 21. Maanghang na Korean-Americano na Manok at Patatas

Oras ng Paghahanda: 15 minuto
Oras ng Pagluluto: minuto
Servings: 4 na tao

**MGA SANGKAP**

- 2 carrots, gupitin sa 2 pulgadang piraso o gumamit ng buong 10 baby carrots
- 2 $\frac{1}{2}$ pound manok drumsticks o mga piraso ng manok
- 1 malaking sibuyas, gupitin sa 8
- 2 malalaking patatas, gupitin sa malalaking dice
- 1 berdeng paminta na hiniwa
- $\frac{1}{2}$ tasang tubig
- 2 kutsarang puting asukal
- 4 cloves bawang, tinadtad
- $\frac{1}{2}$ tasang toyo
- 1 kutsarita sariwang luya
- 3 kutsarang Korean-Americano red paminta paste o iba pang mainit na sarsa

**MGA DIREKSYON**

a) Idagdag ang manok, sibuyas, patatas, luya, karot, bawang at asukal sa isang kaldero at init, haluin.
b) Idagdag ang toyo na may tubig, pagkatapos ay ihalo sa paminta paste.
c) Painitin hanggang magsimulang kumulo, ngayon ay hinaan ang apoy at lutuin sa mababang init sa loob ng 45 minuto.
d) Alisin kapag malinaw na ang katas ng manok.
e) Ang sarsa ay magpapalapot habang nagsisimula itong lumamig.

# MGA BIHON

## 22. Mung Patani Pansit Salad

Oras ng Paghahanda: 15 minuto
Oras ng Pagluluto: 5 minuto
Servings: 4 na tao

**MGA SANGKAP**

1 karot, ahit ng manipis
$\frac{1}{2}$ tasang mung patani pulbos
1 Lebanese pipino, inahit ng manipis
1 kutsarang sesame oil
1 mahabang pulang sili, hiniwang manipis
2 tasang mizuna o curly endive
Para sa pagbibihis
1 kutsarita sesame buto, toasted
2 kutsarang toyo
2 kutsarita ng light corn syrup o honey
1 kutsarita ng sesame oil
1 kutsarang brown kanin o puting suka
2 kutsarita ng caster sugar
1 kutsarita Korean-Americano chili pulbos
1 hiwa ng scallion na manipis

**MGA DIREKSYON**

1. Idagdag ang patani pulbos sa 2 $\frac{3}{4}$ tasa ng tubig, haluing mabuti at iwanan ng 60 minuto sa gilid.
2. Kapag handa na, ilagay ang halo sa isang kawali at painitin hanggang sa magsimula itong kumulo, ihalo palagi upang maiwasan ang pagkasunog.
3. Kapag kumulo na ay hinaan ang apoy at lutuin ng 2 minuto.
4. Kapag naging malapot na, haluin ang sesame oil at 1 kutsarita ng asin.
5. Alisin ang apoy at ibuhos ang halo sa isang greased keik lata, 8 pulgada ang paligid.
6. Ilagay sa refrigerator hanggang sa maging matatag ito, mga 60 minuto.
7. Kapag matigas na, hiwain sa mahahabang manipis na piraso, ito ay gumagawa ng pansits, ilagay sa isang gilid kapag handa na.
8. Susunod, ilagay sa isang mangkok ang lahat ng sahog na sangkap at haluing mabuti.
9. Idagdag ang mizuna, pipino, patani pansits, sili at karot, dahan-dahang paghaluin.
10. Paglingkuran.

## 23. Matamis Potato Vermicelli at Karne ng baka St Biyernes

Oras ng Paghahanda: 15 minuto
Oras ng Pagluluto: 10 minuto
Servings: 4 na tao

**MGA SANGKAP**

- 2 kutsarang sesame oil
- ½ pound karne ng baka eye fillet, hiniwang manipis
- 2 cloves na bawang, hiniwang manipis
- 1/8cup toyo
- 1 kutsarang caster sugar
- 1 ½ tasa halo-halong Asian mushroom
- 5 pinatuyong shiitake mushroom
- 2 kutsarang langis ng gulay
- 1 karot, gadgad
- 2 sibuyas, hiniwa sa manipis na wedges
- 1 kutsarang toasted sesame buto
- ¼ pound matamis potato vermicelli, o mung patani vermicelli, niluto at pinatuyo
- 3 tasang baby spinach, dahon lamang

**MGA DIREKSYON**

a) Idagdag ang karne ng baka sa isang mangkok na may toyo, asukal, 2 kutsarita ng sesame oil at bawang, ilagay ang cling wrap sa ibabaw at ilagay sa refrigerator sa loob ng 30 minuto.
b) Habang naghihintay ibabad ang mga tuyong kabute sa loob ng 30 minuto sa kumukulong tubig, pagkatapos ay alisan ng tubig at hiwain.
c) Susunod, ilagay ang 1 kutsara ng langis ng gulay sa isang kawali o kawali na may matataas na gilid.
d) Kapag mainit na ilagay sa pinaghalong mushroom, 1 kutsarita ng sesame oil at shiitake mushroom, iprito ng 3 minutong hinahalo, pagkatapos ay timplahan.
e) Ngayon alisan ng tubig ang karne ng baka at panatilihin ang marinade sa gilid.
f) Painitin muli ang kawali o kawali na may 1 kutsarita ng sesame oil at ang natitirang langis ng gulay.
g) Iprito ang mga sibuyas sa loob ng 3-5 minuto hanggang maging ginintuang pagkatapos ay ilagay sa mga karot hanggang lumambot.
h) Ilagay ang karne ng baka, magluto ng karagdagang 2-3 minuto.
i) Ngayon idagdag ang pansits, lahat ng mushroom, spinach at natitirang langis ng linga.
j) Ibuhos ang marinade at lutuin ng isa pang 2 minuto.
k) Kapag ang lahat ay mainit na ulam at tapusin na may mga buto sa itaas.

## 24. Maanghang na Malamig na Pansit

Oras ng Paghahanda: 15 minuto
Oras ng Pagluluto: 10 minuto
Servings: 4 na tao

**MGA SANGKAP**

- 2 cloves bawang, durog
- 3 kutsarang Korean-Americano gochujang, isang mainit na maanghang na paste
- 1 piraso ng laki ng hinlalaki sariwang luya, binalatan at gadgad
- $\frac{1}{4}$ tasang kanin wine vinegar
- 1 kutsarita ng sesame oil
- 4 na labanos, hiniwa ng manipis
- 2 kutsarang toyo
- 4 na itlog, malambot na sinunog
- 1 $\frac{1}{2}$ tasang buckwheat pansits, niluto, pinatuyo at ni-refresh
- 1 telegraph pipino, hiniwa sa malalaking piraso
- 2 kutsarita, 1 sa bawat itim at puting linga
- 1 tasang kimchi

**MGA DIREKSYON**

1. Idagdag ang mainit na sarsa, bawang, toyo, luya, suka ng alak at sesame oil sa isang mangkok at haluin.
2. Ilagay ang pansits at haluing mabuti, siguraduhing nababalutan ang mga ito sa sarsa.
3. Ilagay sa mga serving mangkok, ngayon idagdag sa bawat isa ang labanos, kimchi, itlog at pipino.
4. Tapusin sa pamamagitan ng pag-aalis ng alikabok ng mga buto.

# 25. Pansits na may Itim Patani Sarsa

Oras ng Paghahanda: 30 minuto
Oras ng Pagluluto: 25 minuto
Servings: 3 tao

**MGA SANGKAP**

- 1 tasa ng zucchini, hiniwa sa $\frac{1}{2}$ pulgadang piraso
- $\frac{1}{2}$ kalahating kilong tiyan ng baboy, gupitin sa $\frac{1}{2}$ pulgadang dice
- 1 tasang patatas, binalatan at gupitin sa $\frac{1}{2}$ pulgadang dice
- 1 tasang Korean-Americano na labanos o daikon, gupitin sa $\frac{1}{2}$ pulgadang dice
- 1 $\frac{1}{2}$ tasang sibuyas, halos tinadtad
- 2 kutsarang potato starch pulbos na hinaluan ng $\frac{1}{2}$ tasang tubig
- 3 kutsarang langis ng gulay
- 1 kutsarita ng sesame oil
- 1 plus $\frac{1}{4}$ tasa ng itim patani paste
- $\frac{1}{2}$ tasa ng pipino, hiniwa nang manipis, tulad ng patpat ng posporo
- Tubig
- Pansits o kanin para ihain

**MGA DIREKSYON**

a) Magdagdag ng 1 kutsarang langis ng gulay sa isang malalim na kawali o kawali at init.
b) Kapag mainit, iprito ang baboy hanggang sa ginintuang at malutong, mga 5 minuto, haluin habang piniprito.
c) Kapag tapos na kunin ang labis na taba ng baboy, ngayon ay ilagay sa labanos at lutuin ng 1 minuto pa.
d) Susunod na patak sa sibuyas, patatas at zucchini haluin at iprito para sa karagdagang 3 minuto.
e) Ngayon, itulak ang lahat ng Sangkap sa gilid ng kawali at ilagay sa gitna, 2 kutsarang langis ng gulay, idagdag ang $\frac{1}{4}$ cup itim patani paste, haluin at ihalo ang lahat mula sa mga gilid.
f) Ibuhos sa 2 tasa ng tubig, takpan ang kawali at lutuin ng 10 minuto.
g) Subukan ang mga gulay ay luto, kung gayon idagdag ang tubig ng almirol at haluin hanggang sa ito ay maging malapot.
h) Panghuli ilagay sa sesame buto at kunin ang init.
i) Ihain kasama ng kanin o pansits.

## 26. Korean-Americano Manok Pansit Mangkok

Oras ng Paghahanda: 30 minuto
Oras ng Pagluluto: 10 minuto
Servings: 4 na tao

**MGA SANGKAP**

1 - 1 pulgadang piraso ng sariwang luya, gadgad
$\frac{1}{4}$ tasa ng tamari, maitim na toyo
1 libra whole wheat spaghetti
Panimpla sa panlasa
2 malalaking cloves ng bawang, gadgad
2 kutsarang tomato paste
1 kutsarang sesame oil
3 kutsarang pulot, o agave syrup
2 kutsarang kanin wine vinegar
2 kutsarang tomato paste
2 kutsarang langis ng gulay
$\frac{1}{4}$ maliit na repolyo, ginutay-gutay ng pinong
1 bungkos ng scallions, hiniwa sa isang anggulo
1 kutsarita ng mainit na sarsa
Toasted sesame buto para sa pagtatapos
1 libra hita o dibdib ng manok, buto at walang balat, hiwa-hiwain
$\frac{1}{2}$ pulang kampanilya paminta, diced o hiniwa

**MGA DIREKSYON**

1. Painitin ang isang palayok ng kumukulong tubig na inasnan at lutuin ang pasta, panatilihin itong bahagyang malutong, hindi basa.
2.Samantala, ilagay sa blender ang luya, bawang, kaunting tubig na kumukulo, asin, suka, pulot, sesame oil, tamari, hot sarsa at tomato paste, pulso hanggang makinis.
3. Idagdag ang langis ng gulay sa kawali o kawali at init.
4. Kapag mainit, iprito ang mga piraso ng manok hanggang sa maging ginintuang mga 3 minuto, ngayon idagdag ang kampanilya at repolyo para sa karagdagang 2 minuto.
5. Susunod na patak sa sarsa at scallions pagluluto para sa isang karagdagang 1 minuto.
6. Ilagay ang manok sa ibabaw ng pansit at tapusin na may mga buto sa ibabaw.
7. Ihain na may kasamang extra hot sarsa kung gusto.
8. Ang recipe na ito ay maaaring gamitin sa baboy kung kinakailangan.

## 27. Maanghang Pansits na may Itlog at Pipino

Oras ng Paghahanda: 10 minuto
Oras ng Pagluluto: 5 minuto
Servings: 4 na tao

**MGA SANGKAP**

1 kutsarang Korean-Americano chili pulbos
1 $\frac{1}{2}$ tasa ng kimchi, tinadtad
1 $\frac{1}{2}$ tasang brown kanin vinegar
2 kutsarang chili paste
2 kutsarang caster sugar
1 kutsarang sesame oil
$\frac{1}{4}$ pound myeon pansits
1 kutsarang toyo
$\frac{1}{2}$ tasa ng manipis na hiniwang repolyo o litsugas
1 pipino, hiwain ng manipis, tanggalin ang balat
2 hardboiled na itlog, hinati

**MGA DIREKSYON**

1. Gamit ang isang mangkok, haluin ang chili paste, toyo, kimchi, kanin vinegar, sesame oil chili pulbos at asukal at ilagay sa gilid.
2. Ilagay ang pansits sa kumukulong tubig at lutuin ng 3-4 minuto, sa sandaling malambot na i-refresh sa ilalim ng malamig na tubig at alisan ng tubig.
3. Ilagay ang malamig o malamig na pansit sa mangkok na naglalaman ng sarsa at paghaluin.
4. Ilagay ang pansits sa mga serving mangkok at ibabawan ng hiniwang pipino, 1 dahon ng linga, repolyo o lettuce at tapusin sa kalahati ng isang itlog.

## 28. Korean-Americano Malamig Pansits

Oras ng Paghahanda: 15 minuto
Oras ng Pagluluto: 10 minuto
Servings: 2 tao

**MGA SANGKAP**

- 2 tasang sabaw ng baka
- $\frac{1}{4}$ pound buckwheat pansits, naengyun hindi soba o memil gooksu
- 1 kutsarang brown kanin sugar
- 2 tasang sabaw ng manok, walang asin
- 1 kutsarang brown kanin vinegar
- 1 maliit na Asian peras, hiwain sa napakanipis na hiwa
- 2 kutsarang puting asukal
- $\frac{1}{2}$ Korean-Americano pipino, inalis ang binhi at pinutol sa manipis na piraso
- 1 hardboiled na itlog
- Ice cubes para ihain
- $\frac{1}{4}$ tasang adobo na labanos
- Hiniwang manipis na lutong brisket o karne ng baka shank

**MGA DIREKSYON**

a) Haluin ang sabaw ng baka at manok, pagkatapos ay haluin ang suka at itama ang pampalasa.
b) Ilagay ang halo sa refrigerator upang magpahinga ng 30 minuto.
c) Samantala, lutuin ang pansit ayon sa mga tagubilin sa pakete, sa tubig na kumukulo.
d) Kapag tapos na, i-refresh sa ilalim ng malamig na tubig at alisan ng tubig.
e) Ilagay ang pansits sa mga serving mangkok.
f) Ngayon, sandok nang malaya ang sabaw at ilagay ang mga ice cube upang takpan ang mga pansit.

## 29. Maanghang Korean-Americano Kuhol Salad

Oras ng Paghahanda: 20 minuto
Oras ng Pagluluto: 10 minuto
Servings: 3-4 tao

**MGA SANGKAP**

- ½ sibuyas, hiniwang manipis
- 1 malaki o 2 maliit na lata golbanygi, sea Kuhols
- ½ karot na hiwa ng posporo
- ¼ repolyo, hiniwang manipis
- 1 maliit na pipino, hiniwang manipis sa isang anggulo
- 2 kutsarang Korean-Americano chili mga natuklap
- 1 sibuyas na bawang, tinadtad ng pinong
- 2 kutsarang kanin wine vinegar
- 2 kutsarang Korean-Americano chili paste
- 1 kutsarang Korean-Americano plum extract
- 1 scallion, tinadtad
- 1 kutsarang asukal
- 1 kutsarang toasted sesame buto
- Korean-Americano thin wheat pansits o vermicelli

**MGA DIREKSYON**

a) Alisan ng tubig ang mga sea Kuhols, ngunit panatilihin ang 1 kutsara ng juice, kung ang mga piraso ay malaking hiwa sa kalahati.
b) Gumamit ng isang malaking mangkok at idagdag ang mga karot, repolyo, pipino, Kuhols at sibuyas, ilagay sa isang gilid.
c) Susunod, kumuha ng mas maliit na mangkok at ihalo ang chili paste, asukal, bawang, chili mga natuklap, plum extract, suka, Kuhol juice at sesame buto para sa sarsa.
d) Sandok ang mga gulay at haluing mabuti, ilagay sa refrigerator habang niluluto mo ang pansits.

5. Idagdag ang pansits sa kumukulong tubig at lutuin ayon sa mga tagubilin sa pakete.
6. Kapag handa na i-refresh sa ilalim ng tumatakbong tubig at alisan ng tubig.
7. Kapag handa nang ihain, paghaluin ang dalawa at magsaya.

## 30. Maanghang na Soba Pansits

Oras ng Paghahanda: minuto
Oras ng Pagluluto: minuto
Servings: 8-10 tao

**MGA SANGKAP**

- ½ Korean-Americano na labanos o daikon, gupitin sa 2 pulgadang piraso, ½ pulgada ang lapad
- 1 pack na Korean-Americano na soba pansits
- 1 kutsarang asin
- 1 Asian pipino, hinati, inalis ang binhi at hiwain sa isang anggulo
- 2 kutsarang suka
- 4 pinakuluang itlog, hinati
- 2 kutsarang asukal

**PARA SA SARSA**

- ¼ tasang toyo
- ½ katamtamang sibuyas, binalatan at tinadtad
- ½ tasang tubig
- 1 sibuyas na bawang
- ½ mansanas, binalatan at tinadtad
- 3 kutsarang tubig o pineapple juice
- 3 hiwa ng pinya na katumbas ng mansanas
- ⅓cup brown sugar
- 1 tasang Korean-Americano chili mga natuklap
- 3 kutsarang pulot
- ¼ tasa puting asukal
- ½ kutsarita pulbos na luya
- 1 kutsarang toasted sesame buto
- 1 kutsarita ng asin
- 2 kutsarang sesame oil
- 1 kutsarita ng Korean-Americano mustard o Dijon

**MGA DIREKSYON**

a) Paghahalo ng sarsa sa isang kawali ang toyo na may $\frac{1}{2}$ tasa ng tubig at pakuluan.
b) Kapag kumulo na, alisin ang apoy at umalis sa isang tabi.
c) Idagdag ang sibuyas, bawang, mansanas, pinya at 3 kutsarang tubig o juice sa blender, pulso hanggang sa makuha ang katas.
d) Haluin ang pinaghalong katas sa toyo at idagdag ang natitirang sarsa.
e) Ibuhos ang halo sa isang lalagyan na masikip sa hangin at ilagay sa refrigerator sa loob ng 24 na oras.
f) Ilagay ang asukal, labanos, asin at suka sa isang mangkok at magpahinga ng 15-20 minuto, pagkatapos pisilin ang labis na likido mula sa halo.
g) Ilagay ang pansit sa kumukulong tubig at lutuin ayon sa mga tagubilin, kapag tapos na i-refresh sa ilalim ng malamig na tubig.
h) Kapag naghahain, idagdag ang pansit sa mga pinggan, sandok ng higit sa 3 kutsara ng sarsa at tapusin na may labanos at pipino sa ibabaw.
i) Kung mahaba ang pansits maaari itong hiwain gamit ang gunting.

## 31. Korean-Americano Pansits na may Gulay

Oras ng Paghahanda: 15 minuto
Oras ng Pagluluto: 20 minuto
Servings: 4 na tao

**MGA SANGKAP**

3 kutsarang Asian sesame oil
6 ounces na manipis na patani thread pansits
3 kutsarang asukal
½ tasa ng tamari
1 kutsarang safflower oil
1 kutsarang tinadtad na bawang
3 katamtamang karot, gupitin sa mga matchstick⅛ makapal
3 tasang baby spinach
1 katamtamang sibuyas, gupitin sa⅛ hiwa
¼ pound mushroom, hiniwa sa⅛ hiwa

**MGA DIREKSYON**

1. Ilagay ang pansits sa tubig at ibabad ng 10 minuto para lumambot, pagkatapos ay alisan ng tubig.
2. Idagdag ang pansits sa kumukulong tubig sa loob ng 2 minuto, kapag lumambot na, alisan ng tubig at i-refresh sa ilalim ng malamig na tubig.
3. Ilagay ang asukal, sesame oil at bawang sa isang blender at pulso hanggang makinis.
4.Susunod na idagdag ang mantika sa 12-pulgadang kawali, sa sandaling magsimula itong umusok, idagdag ang mga karot na may mga sibuyas at iprito sa loob ng 3 minuto.
5. Ngayon idagdag ang mushroom para sa karagdagang 3 minuto, pukawin ang spinach sa loob ng 30 segundo, na sinusundan ng pansits.
6. Ibuhos ang tamari mix at ihalo.

7. Hinaan ang apoy at lutuin sa mababang init sa loob ng 4 na minuto.
8. Ihain nang mainit o malamig.

# PAGKAIN NG KALYE AT MERYENDA

## 32. Hotteok na may Gulay at Pansit

Oras ng Paghahanda: 30 minuto
Oras ng Pagluluto: 5 minuto
Servings: 10 tao

**MGA SANGKAP**

**PARA SA DOUGH**

- 2 kutsarita ng tuyong lebadura
- 1 tasa ng maligamgam na tubig
- $\frac{1}{2}$ kutsarita ng asin
- 2 tasang all-purpose na harina
- 2 kutsarang asukal
- 1 kutsarang langis ng gulay

**PARA SA PAGPUPUNO**

- 1 kutsarang asukal
- 3 onsa ng matamis potato starch pansits
- $\frac{1}{4}$ kutsarita ng ground itim paminta
- 2 kutsarang toyo
- 3 onsa na Asian chives, gupitin ng maliit
- 1 katamtamang sibuyas, diced maliit
- 1 kutsarita ng sesame oil
- 3 onsa karot, diced maliit
- Langis para sa pagluluto

**MGA DIREKSYON**

a) Upang gawin ang kuwarta, haluin ang asukal, lebadura at maligamgam na tubig sa isang mangkok, ihalo hanggang matunaw ang lebadura, ngayon paghaluin ang 1 kutsarang langis ng gulay at asin, ihalo nang mabuti.

b) Haluin ang harina at ihalo sa masa, sa sandaling makinis hayaang magpahinga ng 1 $\frac{1}{4}$ oras upang tumaas, patumbahin ang anumang hangin habang tumataas, takpan at ilagay sa isang tabi.

c) Samantala, pakuluan ang isang palayok ng tubig at lutuin ang pansits, haluin paminsan-minsan, lutuin ng 6 na minuto na may takip.
d) I-refresh sa ilalim ng malamig na tubig kapag malambot na, pagkatapos ay alisan ng tubig.
e) Gupitin ang mga ito sa $\frac{1}{4}$ pulgadang piraso, gamit ang gunting.
f) Magdagdag ng 1 kutsarang mantika sa isang malaking kawali o kawali at iprito ang pansit sa loob ng 1 minuto, ngayon ay idagdag ang asukal, toyo at itim na paminta, habang hinahalo.
g) Idagdag ang chives, carrot at sibuyas, at haluing mabuti.
h) Alisin ang init kapag tapos na.
i) Susunod, ilagay ang 1 kutsara ng mantika sa isa pang kawali at init, kapag mainit bawasan ang apoy sa medium.
j) Grasa ang iyong kamay ng mantika, kumuha ng $\frac{1}{2}$ tasa ng masa at pindutin sa isang patag na bilog na hugis.
k) Ngayon magdagdag ng ilang pagpuno at tiklupin ang mga gilid sa isang bola, tinatakan ang mga gilid.
l) Ilagay sa kawali na may selyadong dulo pababa, lutuin sa loob ng 30 segundo pagkatapos ay baligtarin ito at i-compress pababa para maging mga 4 na pulgada ang bilog, gawin ito gamit ang isang spatula.
m) Magluto ng karagdagang 2-3 minuto, hanggang sa ito ay maging malutong at ginintuang lahat.
n) Ilagay sa papel sa kusina upang alisin ang labis na taba at ulitin sa natitirang kuwarta.
o) Ihain nang mainit.

## 33. Tinapay na Itlog

Oras ng Paghahanda: 10 minuto
Oras ng Pagluluto: 15 minuto
Servings: 3 tao

**MGA SANGKAP**

- 3 kutsarang asukal
- 1 kutsarita ng baking pulbos
- 1 kutsarang unsalted mantikilya, natunaw
- $\frac{1}{2}$ tasang all-purpose na harina
- Isang kurot ng asin
- $\frac{1}{2}$ kutsarita vanilla extract
- 4 na itlog
- 1 stick mozzarella cheese, gupitin sa 6 na piraso
- $\frac{1}{2}$ tasang gatas
- 1 kutsarita ng mantika

**MGA DIREKSYON**

a) Haluin ang asin, harina, asukal, mantikilya, banilya, 1 itlog, baking pulbos at gatas, haluin hanggang sa maging makinis.
b) Painitin ang kalan sa 400F, at lagyan ng grasa ang 3 maliit na lata ng tinapay gamit ang mantika, ang mga lata ay dapat na mga 4×2×1 $\frac{1}{2}$ pulgada.
c) Ibuhos ang batter sa mga lata nang pantay-pantay, punan ang mga ito sa kalahating paraan.
d) Maglagay ng 2 piraso ng keso sa halo sa paligid ng labas na iniiwan ang gitnang malinaw.
e) Susunod, basagin ang 1 itlog sa gitna ng bawat lata.
f) Magluto sa oven, gamit ang gitnang rack sa loob ng 13-15 minuto, depende kung paano mo gustong luto ang iyong itlog.
g) Kunin kapag handa na at ihain nang mainit.

## 34. Hot and Maanghang Kanin Keik

Oras ng Paghahanda: 10 minuto
Oras ng Pagluluto: 30 minuto
Servings: 4-6 na tao

**MGA SANGKAP**

- 4 tasa ng tubig
- 6×8-pulgada na pinatuyong kelp
- 1 pound cylinder shape kanin keik
- 7 malalaking bagoong, nilinis
- ⅓cup Korean-Americano hot paminta paste
- 3 scallions, gupitin sa 3 pulgada ang haba
- 1 kutsarang asukal
- ½ libra na isda keik
- 1 kutsarang hot paminta mga natuklap
- 2 hardboiled na itlog

**MGA DIREKSYON**

a) Ilagay ang kelp, at dilis sa isang mababaw na kawali na may tubig at init, na kumukulo ng 15 minuto nang walang takip.
b) Gamit ang isang maliit na mangkok, paghaluin ang mga natuklap ng paminta at idikit kasama ng asukal.
c) Ilabas ang kelp at bagoong mula sa kawali at ilagay sa kanin keik, paminta mix, scallion, itlog at isda keik.
d) Ang stock ay dapat na humigit-kumulang 2 ½ tasa.
e) Habang nagsisimula itong kumulo, haluin nang malumanay at hayaang lumapot ito ng 14 minuto, ngayon ay dapat itong mukhang makintab.
f) Magdagdag ng kaunting tubig kung ang kanin keik ay hindi malambot at lutuin ng kaunti pa.
g) Kapag handa na patayin ang apoy at ihain.

# 35. Korean-Americano Pagkaing-dagat Pankeik

Oras ng Paghahanda: 15 minuto
Oras ng Pagluluto: 10 minuto
Servings: 4-6 na tao

**MGA SANGKAP**

**PARA SA MGA PANKEIK**

- 2 katamtamang itlog
- 2 tasang pankeik mix, Korean-Americano
- $\frac{1}{2}$ kutsarita ng asin
- 1 $\frac{1}{2}$ tasang tubig
- 2 onsa' kabibe
- 12 katamtamang ugat ng scallion, gupitin
- 2 onsa na pusit
- $\frac{3}{4}$ tasa ng langis ng gulay
- 2 onsa na hipon, nilinis at nilinis
- 4 na medium na sili, hiniwa sa isang anggulo

**PARA SA SARSA**

- 1 kutsarang suka
- 1 kutsarang toyo
- 4 na medium na sili, hiniwa sa isang anggulo
- $\frac{1}{4}$ kutsarita ng bawang
- 1 kutsarang tubig

**MGA DIREKSYON**

a) Magdagdag ng kaunting asin sa isang mangkok ng tubig at hugasan at alisan ng tubig ang pagkaing-dagat, ilagay sa gilid.
b) Susunod, haluin gamit ang isang hiwalay na mangkok, ang tubig, pula at berdeng sili, toyo, bawang at suka, ilagay sa isang gilid.
c) Gamit ang isa pang mangkok, talunin ang mga itlog, halo ng pankeik, malamig na tubig at asin hanggang sa makinis.
d) Ilagay sa isang kawali na bahagyang mantika at init.
e) Gumamit ng $\frac{1}{2}$ tasa ng sukat at ibuhos ang halo sa mainit na kawali.
f) I-swish sa paligid upang i-level out ang halo, ngayon ay maglagay ng 6 na piraso ng scallion sa itaas, idagdag ang mga sili at pagkaing-dagat.
g) Bahagyang pindutin ang pagkain sa pankeik, pagkatapos ay magdagdag ng isa pang $\frac{1}{2}$ tasa ng halo sa ibabaw.
h) Lutuin hanggang sa maging ginintuang ang base, mga 5 minuto.
i) Ngayon dahan-dahang i-flip ang pankeik, magdagdag ng kaunting mantika sa gilid at lutuin ng karagdagang 5 minuto.
j) Kapag tapos na, i-flip pabalik at alisin sa kawali.
k) Gawin ang parehong sa natitirang batter.

## 36. Vegan Bulgolgi Ng sanwits

Oras ng Paghahanda: 20 minuto
Oras ng Pagluluto: 5-8 minuto
Servings: 4 na tao

**MGA SANGKAP**

- ½ katamtamang sibuyas, hiniwa
- 4 na maliit na hamburger buns
- 4 pulang dahon ng litsugas
- 2 tasang soy curl
- 4 na hiwa ng vegan cheese
- Organikong mayonesa

**PARA SA MARINADE**

- 1 kutsarang sesame oil
- 2 kutsarang toyo
- 1 kutsarita sesame buto
- 2 kutsarang agave o asukal
- ½ kutsarita ng ground itim paminta
- 2 scallions, tinadtad
- ½ Asian peras, diced, kung gusto
- ½ kutsarang puting alak
- 1-2 berdeng Korean-Americano chili pamintas, diced
- 2 cloves bawang, durog

**MGA DIREKSYON**

a) Gawin ang soy curls ayon sa mga tagubilin sa pakete.
b) Susunod, ilagay ang buong sangkap para sa marinade nang magkasama sa isang malaking mangkok at timpla upang mabuo ang sarsa.
c) Alisin ang tubig sa soy curls sa pamamagitan ng marahang pagpisil.
d) Magdagdag ng mga kulot na may hiniwang sibuyas sa pinaghalong marinade at balutin ang lahat.
e) Magdagdag ng 1 kutsarang mantika sa mainit na kawali, pagkatapos ay idagdag ang buong halo at iprito sa loob ng 5 minuto, hanggang ang mga sibuyas at kulot ay maging ginintuang at lumapot ang sarsa.
f) Samantala, i-toast ang mga hamburger bun na may keso sa tinapay.
g) Pahiran ang mayonesa, na sinusundan ng curl mix at tapusin na may dahon ng lettuce sa itaas.

## 37. Korean-Americano Tusino at Itlog Keik

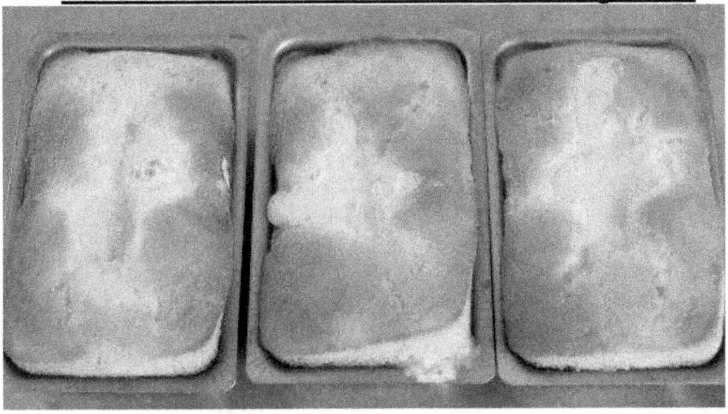

Oras ng Paghahanda: 25 minuto
Oras ng Pagluluto: 15 minuto
Servings: 6 na tao

**MGA SANGKAP**
Para sa tinapay
$\frac{1}{2}$ tasang gatas
$\frac{3}{4}$ cup self-rising flour o multi flour na may $\frac{1}{4}$ kutsarita na baking pulbos
4 kutsarita ng asukal
1 itlog
1 kutsarita mantikilya o langis ng oliba
$\frac{1}{4}$ kutsarita ng asin
$\frac{1}{4}$ kutsarita ng vanilla essence
Para sa pagpuno
1 hiwa ng tusino
Asin sa panlasa
6 na itlog

**MGA DIREKSYON**

1. Painitin ang kalan sa 375F.
2. Paghaluin gamit ang isang mangkok, $\frac{1}{4}$ kutsarita ng asin, harina at 4 na kutsarita ng asukal.
3. Hatiin ang itlog sa halo at haluing mabuti.
4. Dahan-dahang ibuhos ang gatas, isang maliit na halaga sa isang pagkakataon, hanggang sa ito ay maging malapot.
5. Magpahid ng mantika sa isang baking tin, pagkatapos ay ilagay ang pinaghalong harina sa ibabaw ng lata na humuhubog dito sa 6 na oval o maaari kang gumamit ng mga keik paper cup.
6. Kung hinuhubog, gumawa ng maliliit na indent sa bawat isa at basagin ang isang itlog sa bawat butas o sa ibabaw ng bawat keik cup.
7. I-chop ang tusino at iwiwisik ang bawat isa, kung mayroon kang perehil na madaling gamitin magdagdag din ng kaunti.
8. Lutuin ng 12-15 minuto.
9.Ilabas at magsaya.

## 38. Korean-Americano Curry Kanin

Oras ng Paghahanda: 20 minuto
Oras ng Pagluluto: 30 minuto
Servings: 4 na tao

**MGA SANGKAP**

- 1 medium carrot, binalatan at diced
- 7 onsa na karne ng baka, diced
- 2 sibuyas, tinadtad
- 2 patatas, binalatan at hiniwa
- $\frac{1}{2}$ kutsarita ng bawang pulbos
- Panimpla sa panlasa
- 1 medium zucchini, diced
- Langis ng gulay para sa pagluluto
- 4 ounces' curry sarsa mix

**MGA DIREKSYON**

a) Maglagay ng kaunting mantika sa kawali o malalim na kawali at init.
b) Timplahan ang karne ng baka at ilagay ang mantika, haluin at lutuin ng 2 minuto.
c) Susunod na idagdag ang mga sibuyas, patatas, pulbos ng bawang at karot, magprito ng karagdagang 5 minuto, pagkatapos ay idagdag ang zucchini.
d) Ibuhos sa 3 tasa ng tubig at init hanggang magsimula itong kumulo.
e) Hinaan ang apoy at lutuin sa mababang init sa loob ng 15 minuto.
f) Dahan-dahang idagdag ang curry mix hanggang sa maging malapot ito.
g) Sandok sa kanin at magsaya.

## 39. Zebra Itlog Gumulong

Oras ng Paghahanda: minuto
Oras ng Pagluluto: minuto
Servings: 1 tao

**MGA SANGKAP**

- $\frac{1}{4}$ kutsarita ng asin
- 3 itlog
- Langis para sa pagluluto
- 1 kutsarang gatas
- 1 sheet na damong-dagat

**MGA DIREKSYON**

a) Hatiin ang sheet ng damong-dagat sa mga piraso.
b) Ngayon hatiin ang mga itlog sa isang mangkok at idagdag ang asin na may gatas, talunin nang magkasama.
c) Maglagay ng kawali sa kalan at painitin ng kaunting mantika, mas maganda kung mayroon kang non-stick pan.
d) Ibuhos ang sapat na itlog upang masakop lamang ang base ng kawali at pagkatapos ay alikabok ng damong-dagat.
e) Kapag kalahating luto na ang itlog, igulong ito at itulak sa gilid ng kawali.
f) Susunod na regrease kung kinakailangan at ayusin ang init kung masyadong mainit, ilagay ang isa pang manipis na layer ng itlog sa at muli alikabok sa buto, ngayon gumulong ang una sa kabuuan ng isang pagluluto at ilagay sa kabilang panig ng kawali.
g) Ulitin ito hanggang sa matapos ang itlog.
h) Ilabas sa isang board at hiwain.

## 40. Korean-Americano Stove Top Walnut Keik

Oras ng Paghahanda: 10 minuto
Oras ng Pagluluto: 10 minuto
Servings: 12 tao

**MGA SANGKAP**

- 1 lata ng azuki red patanis
- 1 tasang pankeik mix o waffle mix
- 1 kutsarita vanilla extract
- 1 kutsarang asukal
- 1 pakete ng mga walnuts

**MGA DIREKSYON**

a) Gawin ang pankeik mix ayon sa packet Directions na may dagdag na asukal.
b) Kapag handa na ang halo ilagay sa isang sisidlan na may spout.
c) Gamit ang 2 keiklet pans kung wala ka pwede kang gumamit ng muffin tins, init sa kalan sa mababang setting, masusunog sila sa taas.
d) Idagdag ang halo sa unang lata, ngunit punan lamang ang kalahating paraan.
e) Mabilis na magdagdag ng 1 walnut at 1 kutsarita ng red patani sa bawat ilagay ang natitirang halo sa kabilang lata.
f) Susunod na baligtarin ang unang lata sa ibabaw ng pangalawa, ihanay ang mga amag, lutuin ng karagdagang30 segundo, kapag naluto na ang pangalawang lata alisin ang apoy.
g) Ngayon alisin ang tuktok na lata at pagkatapos ay alisin ang mga keik sa serving platter.

## 41. Kalye Toast Ng sanwits

Oras ng Paghahanda: 15 minuto
Oras ng Pagluluto: 8 minuto
Servings: 2 tao

**MGA SANGKAP**

- $\frac{2}{3}$ cup repolyo, gupitin sa manipis na piraso
- 4 na hiwa ng puting tinapay
- 1 kutsarang inasnan na mantikilya
- $\frac{1}{8}$ tasa ng karot, gupitin sa manipis na piraso
- 2 itlog
- $\frac{1}{4}$ kutsarita ng asukal
- $\frac{1}{2}$ tasa ng pipino, hiniwang manipis
- Ketchup sa panlasa
- 1 kutsarang mantika
- Mayonnaise sa panlasa
- $\frac{1}{8}$ kutsarita ng asin

**MGA DIREKSYON**

a) Sa isang malaking mangkok, basagin ang mga itlog na may asin, pagkatapos ay idagdag ang mga karot at repolyo, na pinaghalo.
b) Ilagay ang langis sa isang malalim na gilid na kawali at init.
c) Idagdag ang kalahati ng halo sa kawali at gawin sa 2 hugis ng tinapay, pinapanatili silang magkahiwalay.
d) Ngayon idagdag ang natitirang itlog mix sa ibabaw ng 2 sa kawali, ito ay magbibigay ng magandang hugis.
e) Magluto ng 2 minuto pagkatapos ay ibalik at lutuin ng isa pang 2 minuto.
f) I-dissolve ang kalahati ng mantikilya sa isang hiwalay na kawali, kapag mainit ay ilagay sa dalawa sa mga hiwa ng tinapay at i-flip sa magkabilang panig upang masipsip ang mantikilya, ituloy ang pagluluto hanggang sa ito ay maging ginintuang sa magkabilang panig, mga 3 minuto.

7. Ulitin sa iba pang 2 hiwa.
8. Kapag naluto na ilagay sa serving platters at magdagdag ng $\frac{1}{2}$ ng asukal sa bawat isa.
9.Kunin ang pinaghalong piniritong itlog at ilatag sa tinapay.
10. Idagdag ang pipino at ilagay ang ketchup at mayonesa.
11. Ilagay ang isa pang hiwa ng tinapay sa ibabaw at hatiin sa dalawa.

## 42. Malalim pinirito Gulay

Oras ng Paghahanda: minuto
Oras ng Pagluluto: minuto
Servings: 15 tao

**MGA SANGKAP**

- 1 sariwang pulang sili, gupitin sa kalahati mula sa itaas hanggang sa ibaba
- 1 malaking carrot ang binalatan at hiniwa sa$\frac{1}{8}$ baton
- 2 bungkos ng enoki mushroom, pinaghiwalay
- 1 zucchini, gupitin sa$\frac{1}{8}$ baton
- 4 scallions, gupitin sa 2 pulgada ang haba
- 6 na butil ng bawang, hiniwang manipis
- 1 katamtamang kamote, gupitin sa mga baton
- 1 katamtamang patatas, gupitin sa mga baton
- Langis ng gulay para sa pagprito

**PARA SA BATTER**

- $\frac{1}{4}$ tasa ng gawgaw
- 1 tasang all-purpose na harina
- 1 itlog
- $\frac{1}{4}$ tasa ng harina ng bigas
- 1 $\frac{1}{2}$ tasang malamig na tubig na may yelo
- $\frac{1}{2}$ kutsarita ng asin

**PARA SA SARSA**

- 1 sibuyas na bawang
- $\frac{1}{2}$ tasang toyo
- 1 scallion
- $\frac{1}{2}$ kutsarita ng suka ng bigas
- $\frac{1}{4}$ kutsarita ng sesame oil
- 1 kutsarita ng brown sugar

**MGA DIREKSYON**

a) Maglagay ng isang palayok ng tubig upang pakuluan.
b) Ilagay ang mga karot, at ang parehong uri ng patatas sa tubig, alisin ang apoy at mag-iwan ng 4 na minuto, pagkatapos ay alisin mula sa tubig banlawan, alisan ng tubig at tuyo gamit ang papel sa kusina.
c) Pagsamahin ang mga scallions, zucchini, bawang at pulang paminta sa isang mangkok at ihalo nang mabuti.
d) Para sa timpla ng batter, lahat ng mga tuyong sangkap.
e) Ngayon talunin ang tubig at mga itlog, pagkatapos ay idagdag sa mga tuyong sangkap at ihalo nang mabuti sa isang batter.
f) Susunod, gawin ang sarsa sa pamamagitan ng paghaluin ang asukal, suka, toyo at sesame oil nang magkasama.
g) Hiwain nang pinong ang scallion at bawang, pagkatapos ay ihalo sa soy mix.
h) Magdagdag ng sapat na langis sa isang wok o malalim na kawali, ang langis ay dapat na mga 3 pulgada ang lalim.
i) Kapag mainit na ang mantika, ipasa ang mga gulay sa batter, hayaang tumulo ang labis, pagkatapos ay iprito ng 4 na minuto.
j) Patuyuin at tuyo sa papel sa kusina kapag handa na.
k) Ihain kasama ang sarsa.

# MGA DESSERTS

## 43. Matamis na Korean-Americano Pankeik

Oras ng Paghahanda: 25 minuto
Oras ng Pagluluto: 6 na minuto
Servings: 8 tao

**MGA SANGKAP**

1 kutsarang butil na asukal
1 $\frac{3}{4}$ tasa ng harina ng tinapay
2 $\frac{1}{4}$ kutsarita ng instant yeast
1 $\frac{1}{4}$ tasa ng matamis na harina ng bigas
1 kutsarang langis ng gulay
1 kutsarita ng asin
5 kutsarang mantika, para sa pagprito
1 $\frac{1}{2}$ tasa ng maligamgam na gatas
Para sa pagpuno
1 kutsarita ng kanela
⅔cup brown sugar
2 kutsarang pinong tinadtad na mani, iyong pinili

**MGA DIREKSYON**

1. Gamit ang isang malaking mangkok, paghaluin ang lebadura, harina, asukal at asin, haluing mabuti.
2. Ngayon maglagay ng 1 kutsarang mantika sa gatas at ihalo sa tuyong halo, talunin ng 2 minuto pagkatapos ay maglagay ng tela sa ibabaw at magpahinga sa silid sa loob ng 60 minuto.
3. Kapag nadoble na ang laki nito, itumba ito at ipahinga muli sa loob ng 15 minuto.
4.Samantala, haluin ang filling Ingredients at ilagay sa gilid.
5. Hatiin ang pinaghalong kuwarta sa 8 piraso, grasa ang iyong mga kamay at ilagay ang 1 piraso sa isang pagkakataon sa iyong kamay at itulak ito pababa upang bumuo ng isang disk, mga 4 na pulgada ang lapad.
6. Magdagdag ng 1 ½ kutsara ng pinaghalong asukal sa gitna, ngayon ay tiklupin ang mga gilid sa gitna at i-seal.
7. Idagdag ang mantika sa kawali at init sa medium hanggang low setting.
8. Ilagay ang bola sa mainit na mantika na may selyadong gilid pababa, pagkatapos ay pindutin pababa upang patagin, maaari kang gumamit ng spatula para dito.
9. Kung matuklasan mo ang anumang mga butas gumamit ng isang maliit na kuwarta upang isaksak ang mga ito.
10. Magluto ng 3 minuto, sa sandaling malutong na i-flip at lutuin ng karagdagang 3 minuto.
11.Ilabas kapag ginto.
12. Hayaang lumamig nang bahagya bago kainin, ang sentro ng asukal ay magiging mainit.

## 44. Korean-Americano Honey Niluto Mga peras

Oras ng Paghahanda: 5 minuto
Oras ng Pagluluto: 20 minuto
Servings: 4 na tao

**MGA SANGKAP**

- $\frac{1}{2}$ onsa sariwang luya, binalatan at hiniwang manipis
- 1 pound Korean-Americano peras, binalatan
- 24 itim pamintacorns
- 3 tasang tubig
- 2 kutsarang asukal o pulot
- Pine nuts upang matapos kung ninanais

**MGA DIREKSYON**

a) Ilagay ang tubig sa kawali at ilagay ang luya, init hanggang kumulo at iwanan ng 6-8 minuto.
b) Samantala, hatiin ang mga peras sa 8 wedges.
c) Ngayon itulak ang 3 pamintacorn sa bawat kalso ng peras, siguraduhing papasok ang mga ito at hindi mahuhulog.
d) Alisin ang luya mula sa tubig at ilagay sa asukal o pulot at peras, kumulo ng 10 minuto.
e) Kapag handa na ilabas at palamig, pagkatapos ay ilagay sa refrigerator upang palamig.
f) Ihain nang malamig o maaaring ihain ng mainit kung nais, alikabok ng mga mani kung gagamit.

## 45. Korean-Americano Gatas yelo Sorbet

Oras ng Paghahanda: 3 minuto
Oras ng Pagluluto: 3 minuto
Servings: 2 tao

**MGA SANGKAP**

- 2 kutsarang mini mochi kanin keiks
- 2 scoops na pinatamis na red patani paste
- 4 kutsarita ng Korean-Americano multi grain pulbos
- 2-3 pirasong Korean-Americano glutinous kanin keiks, pinahiran ng inihaw soypatani pulbos, hiniwa sa $\frac{3}{4}$ inch dice
- 4 na kutsarita ng natural na almond mga natuklap
- Para sa yelo
- 2 kutsarang condensed milk, pinatamis
- 1 tasang gatas

**MGA DIREKSYON**

a) Pagsamahin ang condensed milk at gatas sa isang tasa na may labi para ibuhos.
b) Ilagay ang halo sa isang ice tray at i-freeze hanggang sa maging mga bloke ng yelo, mga 5 oras.
c) Kapag naitakda, alisin at ilagay ang mga ito sa isang blender, o kung maaari mong ahit ang mga ito, pulso hanggang makinis.
d) Ilagay ang lahat ng Sangkap sa isang serving mangkok na pinalamig.
e) Sa base ilagay ang 3 kutsara ng sorbet, pagkatapos ay alikabok na may 1 kutsarita ng multi-grain pulbos.
f) Susunod na magdagdag ng isa pang 3 kutsara ng sorbet, na sinusundan ng higit pang pulbos ng butil.
g) Ngayon ilagay sa ibabaw ang mga kanin keik at patani paste.
h) Alikabok ng mga almendras at ihain.

## 46. Korean-Americano Kanin Keik Skewer

Oras ng Paghahanda: 10 minuto
Oras ng Pagluluto: 10 minuto
Servings: 4 na tao

**MGA SANGKAP**

**PARA SA PANGUNAHING**

- Langis para sa pagluluto
- 32 pirasong Korean-Americano kanin keik
- 2 kutsarang durog na mani, iyong pinili o linga

**PARA SA SARSA**

- 1 kutsarang pulot
- 1 $\frac{1}{2}$ kutsarang tomato sarsa
- 1 kutsarita dark brown sugar
- 1 kutsarang Korean-Americano chili paste
- $\frac{1}{2}$ kutsarang toyo
- $\frac{1}{4}$ kutsarita ng tinadtad na bawang
- 1 kutsarita ng sesame oil

**MGA DIREKSYON**

a) Idagdag ang mga kanin keik sa kumukulong tubig upang lumambot ang mga ito sa loob ng 30 segundo lamang, pagkatapos ay banlawan sa ilalim ng malamig na tubig at alisan ng tubig.
b) Gamit ang papel sa kusina, tuyo ang mga ito ng anumang labis na tubig.
c) Maglagay ng pangalawang kawali sa kalan at idagdag ang sarsa Mga sangkap , init at haluin para matunaw ang asukal o pulot, patuloy na haluin para hindi masunog, alisin kapag malapot.
d) Ilagay ang mga keik sa isang skewer, siguraduhing kasya ito sa iyong kawali.
e) Mag-init ng kaunting mantika sa isang kawali, sa sandaling mainit na ilagay sa mga skewer at iprito ng 1 minuto.
f) Ilabas at pahiran ng sarsa ang lahat.
g) Tapusin gamit ang linga o mani.

## 47. Korean-Americano Strawberry Kiwi Gumulong Keik

Oras ng Paghahanda: 30 minuto
Oras ng Pagluluto: 15 minuto
Servings: 8 tao

**MGA SANGKAP**

- 1 tasang asukal
- 11 kutsarang all-purpose na harina
- 1 kutsarang tubig
- 6 malalaking itlog
- 1 kutsarang mainit na tubig
- 2 tasang mabigat na mag-atas
- 3 kutsarang langis ng gulay
- 1 kutsarita vanilla extract
- 1 tasa ng strawberry, tinadtad
- 2 kutsarang pulot
- 1 tasa ng kiwi, tinadtad

**MGA DIREKSYON**

a) Painitin ang kalan sa 375F, at ilagay ang parchment paper sa isang 16×11 baking tray.
b) Ipasa ang harina sa pamamagitan ng isang salaan sa isang mangkok ng paghahalo.
c) Talunin ang mga puti ng itlog sa loob ng 60 segundo hanggang mabula, pagkatapos ay dahan-dahang idagdag ang asukal at talunin hanggang umabot sa peak, kung mayroon kang electric mixer mas mabuti ito.
d) Susunod, dahan-dahang idagdag ang mga yolks nang paisa-isa sa loob ng 60 segundo sa pagitan ng pagdaragdag, kapag ang lahat ay nasa magdagdag ng tubig at mantika, talunin muli sa loob ng 10 segundo.
e) Ngayon ihalo ang harina nang dahan-dahan at haluing mabuti.
f) Idagdag ang keik mix sa baking tray at i-drop ang tray ng ilang beses para mawala ang anumang hangin.
g) Magluto sa oven sa loob ng 12-15 minuto.

h) Kapag handa na kumuha at ilagay ang parchment paper sa itaas, pagkatapos ay i-out, alisin ang papel mula sa base at ilagay sa isang cooling rack.
i) Habang nananatiling mainit, igulong ito gamit ang parchment paper, iiwan ito sa loob ng keik gumulong.
j) Hayaang lumamig ng isa pang 10 minuto.
k) Habang naghihintay ihalo ang pulot at tubig at ilagay sa gilid.
l) Haluin ang mag-atas na may vanilla at natitirang asukal hanggang sa ito ay sumikat.
m) Susunod na kunin ang keik at i-ungumulong ito, kunin ang papel at gupitin ang isang dulo sa isang anggulo, para sa hitsura ng pagtatapos.
n) Ipahid ang pulot sa ibabaw ng keik na sinundan ng mag-atas.
o) Idagdag ang kiwi at strawberry, pagkatapos ay i-gumulong up, panatilihing bilog sa pamamagitan ng paglalagay ng parchment paper sa labas.
p) Iwanan sa refrigerator sa loob ng 20 minuto upang mapanatili ang hugis nito.
q) Kumuha ng hiwa at ihain.

## 48. Korean-Americano Yakwa Dessert

Oras ng Paghahanda: 25 minuto
Oras ng Pagluluto: 35 minuto
Servings: 6-8 tao

**MGA SANGKAP**

- $\frac{1}{4}$ tasa ng soju
- 2 $\frac{1}{4}$ tasang pastry flour o medium protein flour
- $\frac{1}{4}$ tasang pulot
- $\frac{1}{4}$ tasang sesame oil
- 1 kutsarita ng baking pulbos
- 2 kutsarang tinadtad na pine nuts
- $\frac{1}{8}$ kutsarita ng asin
- 2 kutsarang tinunaw na mantikilya
- $\frac{1}{4}$ kutsarita ng baking soda
- Para sa syrup
- 2 tasang tubig
- 1 tasang kanin syrup
- 1 kutsarang sariwang gadgad na luya
- 1 tasang pulot

**MGA DIREKSYON**

a) Painitin ang kalan sa 250F.
b) Ilagay ang asin, baking soda, pulbos at harina sa isang mangkok at paghaluin.
c) Ngayon idagdag ang sesame oil at gamitin ang iyong mga kamay upang maghalo.
d) Gamit ang isang mas maliit na mangkok, timpla ang pulot at soju, pagkatapos ay idagdag sa pinaghalong kuwarta, dahan-dahang ihalo.
e) Kapag nakuha mo na ang kuwarta, hatiin sa 2 piraso.
f) Ilagay ang 1 kalahati sa ibabaw ng trabaho at igulong sa $\frac{1}{4}$ pulgada ang kapal na parihaba.
g) Gupitin sa 1×1 pulgadang piraso o maaaring gupitin sa dayagonal upang bumuo ng mga diamante.
h) Maglagay ng mga butas sa itaas gamit ang isang tinidor at mantikilya ang mga tuktok ng bawat isa.
i) Ilagay sa baking tray at lutuin sa oven sa loob ng 15 minuto.
j) Samantala, idagdag ang pulot, tubig at kanin syrup sa isang kawali o kawali at init na hinahalo hanggang kumulo, pagkatapos ay patayin ang apoy at ihalo ang luya, iwanan sa gilid.
k) Painitin ang kalan sa 300F at para sa isa pang 10 minuto.
l) Ngayon sa huling pagkakataon, buksan ang kalan sa 350F at lutuin ng karagdagang 7 minuto, o hanggang sa ito ay maging ginintuang kayumanggi.
m) Sa sandaling ilabas mo ang mga ito, ilagay kaagad sa syrup at iwanan ng $\frac{1}{2}$ oras, mas mahaba ang mas mahusay.
n) Ilabas kapag naghahain at lagyan ng mga pine nuts.

# 49. Korean-Americano Tapioca Budin

Oras ng Paghahanda: minuto
Oras ng Pagluluto: minuto
Servings: 6 na tao

**MGA SANGKAP**

2 ½ malalaking pula ng itlog
3 tasang buong gatas
¼ tasa ng asukal
⅓cup maliit na tapioca pearls
1 vanilla patani
¼ kutsarita ng purong vanilla extract
3 kutsarang Korean-Americano honey-citron tea
½ kutsarita ng asin

**MGA DIREKSYON**

1. Ilagay ang gatas sa 4-cup holder, magdagdag ng ¾ cup sa isang kawali na may mabigat na base at ilagay sa tapioca, iwanan ng 60 minuto.
2. Talunin ang mga yolks ng itlog, asukal at asin, hiwain ang buto ng vanilla at tanggalin ang mga buto, idagdag ang mga ito sa 4-cup holder.
3. Kapag handa na ang tapioca, ihalo ang custard mix at ilagay sa kalan hanggang kumulo, huwag kalimutang haluin.
4.Kapag kumulo na ay hinaan ang apoy at kumulo ng 20 minuto.
5. Tanggalin ang apoy at ihalo ang vanilla extract sa Korean-Americano tea.
6. Ihain kapag handa na.

## 50. Korean-Americano Maanghang Kanin Keik

Oras ng Paghahanda: minuto
Oras ng Pagluluto: minuto
Servings: 1 tao

**MGA SANGKAP**

- 2 kutsarita ng asukal
- 1 tasang kanin keik
- 1 kutsarita ng toyo
- 2 kutsarita Korean-Americano maanghang patani paste
- Sesame buto para sa pagtatapos
- $\frac{3}{4}$ tasa ng tubig

**MGA DIREKSYON**

a) Ilagay ang tubig sa isang palayok na may patani paste at asukal, init hanggang sa kumulo.
b) Ngayon ihulog ang kanin keik, hinaan ang apoy at lutuin sa mababang init sa loob ng 10 minuto.
c) Ihain kapag handa na.

## 51. Inihurnong peras sa Wonton Crisps and Honey, cinnamon Mascarpone

Oras ng Paghahanda: 20 minuto
Oras ng Pagluluto: 45 minuto
Servings: 4 na tao

**MGA SANGKAP**

- $\frac{1}{2}$ kutsarita ng giniling na kanela, hinati
- 2 Korean-Americano peras
- $\frac{1}{2}$ tasa plus 1 kutsarang pulot, hinati
- 4 - 6×6 wonton wrapper
- $\frac{1}{4}$ tasa ng mascarpone
- 1 $\frac{1}{2}$ kutsarang tinunaw na unsalted mantikilya

**MGA DIREKSYON**

a) Painitin ang kalan sa 375F at lagyan ng parchment paper ang isang baking tray.
b) Hiwain ng $\frac{1}{2}$ pulgada mula sa base at tuktok ng peras.
c) Ngayon alisan ng balat ang mga ito at gupitin ang gitnang pahalang, kunin ang mga buto
d) Ilagay ang mga wrapper sa isang tuyo na patag na ibabaw, idagdag ang kalahating peras sa bawat balot at alikabok ng kanela, pagkatapos ay iwiwisik ang ilang pulot ng mga 1 kutsara.
e) Itaas ang mga sulok at i-seal gamit ang pulot.
f) Ilagay ang mga ito sa baking tray at lutuin sa oven sa loob ng 45 minuto, kung ang mga kulay ng pastry ay sobra-sobra ay natatakpan lamang ng kaunting foil.
g) Pagsamahin ang natitirang honey, kanela at mascarpone sa isang makinis na halo.
h) Ihain ang mga parsela na may mascarpone.

## 52. Malusog Matamis Kanin Keik

Oras ng Paghahanda: minuto
Oras ng Pagluluto: minuto
Servings: 10 tao

**MGA SANGKAP**

- $\frac{1}{2}$ tasang pinatuyong kabocha o iba pang uri ng kalabasa
- 1 tasa ng itim na soy patanis
- 10 kastanyas, quartered
- 12 tuyong petsa
- $\frac{1}{2}$ tasa ng mga walnuts, quartered
- 1/8cup almond pagkain
- 5 tasang frozen wet matamis kanin flour, defrosted
- 3 kutsarang asukal

**MGA DIREKSYON**

a) Hugasan ang pumpkin rehydrate gamit ang isang kutsarang tubig, magdagdag ng higit pa kung kinakailangan upang lumambot.
b) Gamit ang isang malaking mangkok, paghaluin ang asukal, almond pagkain at harina ng bigas, ihalo nang mabuti.
c) Ngayon magdagdag ng 2 kutsarang tubig at gamit ang iyong mga kamay ay kuskusin, subukang gawin itong walang bukol.
d) Susunod, ihalo ang natitirang sangkap at haluin.
e) Maglagay ng steamer pan sa kalan at gumamit ng basang tela sa linya ng basket.
f) Idagdag ang halo gamit ang isang malaking kutsara at i-level out, maglagay ng tela sa ibabaw at pasingawan ng $\frac{1}{2}$ oras.
g) Ilabas kapag handa na at lumamig, sa sandaling mahawakan mo na ito at i-flip sa ibabaw ng trabaho.
h) Tanggalin ang tela at gupitin at hubugin sa paghahatid ng mga potion.

# MAINIT NA TANGHALIAN

## 53. Mga mangkok ng burrito ng manok

**MGA SANGKAP**

**Chipotle mag-atas sarsa**

- ½ tasang non-fat Greek yogurt
- 1 chipotle paminta sa adobo sarsa, tinadtad, o higit pa sa panlasa
- 1 sibuyas na bawang, tinadtad
- 1 kutsarang sariwang kinatas na katas ng kalamansi

**Mangkok ng Burrito**

- ⅔tasang brown kanin
- 1 kutsarang langis ng oliba
- 1-pound giniling na manok
- ½ kutsarita ng sili na pulbos
- ½ kutsarita ng bawang pulbos
- ½ kutsarita ng giniling na kumin
- ½ kutsarita ng pinatuyong oregano
- ¼ kutsarita ng sibuyas na pulbos
- ¼ kutsarita ng paprika
- Kosher salt at sariwang giniling na itim na paminta, sa panlasa
- 1 (15-onsa) lata ng itim patanis, pinatuyo at binanlawan
- 1 ¾ tasang butil ng mais (frozen, de-lata, o inihaw)
- ½ tasa Pico de tandang (gawa sa bahay o binili sa tindahan)

**MGA DIREKSYON**

a) PARA SA CHIPOTLE MAG-ATAS SARSA: Pagsamahin ang yogurt, chipotle paminta, bawang, at katas ng dayap. Takpan at palamigin ng hanggang 3 araw.
b) Lutuin ang kanin ayon sa mga tagubilin sa pakete sa isang malaking kasirola na may 2 tasang tubig; itabi.
c) Init ang langis ng oliba sa isang malaking stockpot o Dutch oven sa medium-high heat. Idagdag ang giniling na manok, chili pulbos, garlic pulbos, cumin, oregano, onion pulbos, at paprika; timplahan ng asin at paminta. Lutuin hanggang sa mag browned ang manok, 3 hanggang 5 minuto, siguraduhing madurog ang manok habang niluluto ito; alisan ng tubig ang labis na taba.
d) Hatiin ang bigas sa mga lalagyan ng paghahanda ng pagkain. Itaas ang pinaghalong manok, itim patanis, mais, at Pico de tandang. Panatilihin itong sakop sa refrigerator sa loob ng 3 hanggang 4 na araw. Magpahid ng chipotle mag-atas sarsa. Palamutihan ng cilantro at lime wedge, kung ninanais, at ihain. Painitin muli sa microwave sa loob ng 30 segundong pagitan hanggang sa uminit.

## 54. Manok tikka masala

**MGA SANGKAP**

- 1 tasang basmati kanin
- 2 kutsarang unsalted mantikilya
- 1 ½ pound na walang buto, walang balat na suso ng manok, gupitin sa 1-pulgadang tipak
- Kosher salt at sariwang giniling na itim na paminta, sa panlasa
- 1 sibuyas, diced
- 2 kutsarang tomato paste
- 1 kutsarang bagong gadgad na luya
- 3 cloves ng bawang, tinadtad
- 2 kutsarita garam masala
- 2 kutsarita ng sili na pulbos
- 2 kutsaritang giniling na turmerik
- 1 (28-onsa) na lata ng diced na kamatis
- 1 tasang stock ng manok
- ⅓tasa ng mabibigat na mag-atas
- 1 kutsarang sariwang lemon juice
- ¼ tasa tinadtad na sariwang dahon ng cilantro (opsyonal)
- 1 lemon, gupitin sa mga wedges (opsyonal)

**MGA DIREKSYON**

a) Lutuin ang kanin ayon sa mga tagubilin sa pakete sa isang malaking kasirola na may 2 tasang tubig; itabi.

b) Matunaw ang mantikilya sa isang malaking kawali sa katamtamang init. Timplahan ng asin at paminta ang manok. Idagdag ang manok at sibuyas sa kawali at lutuin, pagpapakilos paminsan-minsan, hanggang sa ginintuang, 4 hanggang 5 minuto. Haluin ang tomato paste, luya, bawang, garam masala, chili pulbos, at turmerik at lutuin hanggang sa maayos na pinagsama, 1 hanggang 2 minuto. Haluin ang diced tomatoes at manok stock. Dalhin sa isang pigsa; bawasan ang apoy at kumulo, pagpapakilos paminsan-minsan, hanggang sa bahagyang lumapot, mga 10 minuto.

c) Haluin ang mag-atas, lemon juice, at manok at lutuin hanggang uminit, mga 1 minuto.

d) Ilagay ang pinaghalong kanin at manok sa mga lalagyan ng paghahanda ng pagkain. Palamutihan ng cilantro at lemon wedge, kung ninanais, at ihain. Panatilihin itong sakop sa refrigerator 3 hanggang 4 na araw. Painitin muli sa microwave sa loob ng 30 segundong pagitan hanggang sa uminit.

## 55. Mga mangkok ng manok na Greek

**MGA SANGKAP**

**Manok at kanin**

- 1 pound walang buto, walang balat na dibdib ng manok
- $\frac{1}{4}$ tasa kasama ang 2 kutsarang langis ng oliba, hinati
- 3 cloves ng bawang, tinadtad
- Juice ng 1 lemon
- 1 kutsarang pulang alak suka
- 1 kutsarang pinatuyong oregano
- Kosher salt at sariwang giniling na itim na paminta, sa panlasa
- $\frac{3}{4}$ tasang brown kanin

**Salad na pipino**

- 2 English pipino, binalatan at hiniwa
- $\frac{1}{2}$ tasa ng manipis na hiniwang pulang sibuyas
- Juice ng 1 lemon
- 2 kutsarang extra-virgin olive oil
- 1 kutsarang pulang alak suka
- 2 cloves na bawang, pinindot
- $\frac{1}{2}$ kutsarita ng pinatuyong oregano

**Tzatziki sarsa**

- 1 tasa ng Greek yogurt
- 1 English pipino, pinong diced
- 2 cloves na bawang, pinindot
- 1 kutsarang tinadtad na sariwang dill
- 1 kutsarita gadgad na lemon zest
- 1 kutsarang sariwang kinatas na lemon juice
- 1 kutsarita tinadtad na sariwang mint (opsyonal)
- Kosher salt at sariwang giniling na itim na paminta, sa panlasa
- 2 kutsarang extra-virgin olive oil
- 1 $\frac{1}{2}$ libra cherry tomatoes, hinati

**MGA DIREKSYON**

a) PARA SA MANOK: Sa isang gallon-size na ziplock bag, pagsamahin ang manok, $\frac{1}{4}$ cup ng olive oil, ang bawang, lemon juice, suka, at oregano; timplahan ng asin at paminta. I-marinate ang manok sa refrigerator nang hindi bababa sa 20 minuto o hanggang 1 oras, paminsan-minsang iikot ang bag. Alisan ng tubig ang manok at itapon ang marinade.

b) Init ang natitirang 2 kutsarang langis ng oliba sa isang malaking kawali sa medium-high heat. Idagdag ang manok at lutuin, baligtarin ng isang beses, hanggang maluto, 3 hanggang 4 na minuto bawat panig. Hayaang lumamig bago hiwain ng kasing laki ng mga piraso.

c) Magluto ng bigas sa isang malaking kasirola na may 2 tasang tubig ayon sa mga tagubilin sa pakete.

d) Hatiin ang bigas at manok sa mga lalagyan ng paghahanda ng pagkain. Panatilihin itong sakop sa refrigerator hanggang 3 araw.

e) PARA SA PIPINO SALAD: Pagsamahin ang mga pipino, sibuyas, lemon juice, olive oil, suka, bawang, at oregano sa isang maliit na mangkok. Takpan at palamigin ng hanggang 3 araw.

f) PARA SA TZATZIKI SARSA: Pagsamahin ang yogurt, pipino, bawang, dill, lemon zest at juice, at mint (kung ginagamit) sa isang maliit na mangkok. Timplahan ng asin at paminta sa panlasa at lagyan ng langis ng oliba. Takpan at palamigin nang hindi bababa sa 10 minuto, na nagpapahintulot sa mga lasa na maghalo. Maaaring palamigin ng 3 hanggang 4 na araw.

g) Upang ihain, painitin muli ang kanin at manok sa microwave sa loob ng 30 segundong pagitan, hanggang sa uminit. Ibabaw sa pipino salad, kamatis, at Tzatziki sarsa at ihain.

## 56. Korean-Americano pagkain prep karne ng baka mangkoks

**MGA SANGKAP**

- $\frac{2}{3}$tasang puti o kayumangging bigas
- 4 katamtamang itlog
- 1 kutsarang langis ng oliba
- 2 cloves ng bawang, tinadtad
- 4 tasang tinadtad na spinach

**Korean-Americano na karne ng baka**

- 3 kutsarang naka-pack na brown sugar
- 3 kutsarang reduced-sodium soy sarsa
- 1 kutsarang bagong gadgad na luya
- 1 $\frac{1}{2}$ kutsarita ng sesame oil
- $\frac{1}{2}$ kutsarita ng sriracha (opsyonal)
- 2 kutsarita ng langis ng oliba
- 2 cloves ng bawang, tinadtad
- 1-pound ground karne ng baka
- 2 berdeng sibuyas, hiniwa nang manipis (opsyonal)
- $\frac{1}{4}$ kutsarita sesame buto (opsyonal)

**MGA DIREKSYON**

a) Magluto ng bigas ayon sa mga tagubilin sa pakete; itabi.
b) Ilagay ang mga itlog sa isang malaking kasirola at takpan ng malamig na tubig ng 1 pulgada. Pakuluan at lutuin ng 1 minuto. Takpan ang palayok na may masikip na takip at alisin mula sa apoy; hayaang umupo ng 8 hanggang 10 minuto. Alisan ng mabuti at hayaang lumamig bago balatan at hiwain sa kalahati.
c) Init ang langis ng oliba sa isang malaking kawali sa medium-high heat. Idagdag ang bawang at lutuin, pagpapakilos nang madalas, hanggang sa mabango, 1 hanggang 2 minuto. Haluin ang spinach at lutuin hanggang malanta, 2 hanggang 3 minuto; itabi.
d) Para sa karne ng baka: Sa isang maliit na mangkok, haluin ang brown sugar, toyo, luya, sesame oil, at sriracha, kung ginagamit.
e) Init ang langis ng oliba sa isang malaking kawali sa medium-high heat. Idagdag ang bawang at lutuin, patuloy na pagpapakilos, hanggang sa mabango, mga 1 minuto. Idagdag ang giniling na karne ng baka at lutuin hanggang magkulay, 3 hanggang 5 minuto, siguraduhing gumuho ang karne ng baka habang niluluto ito; alisan ng tubig ang labis na taba. Haluin ang pinaghalong toyo at ang berdeng mga sibuyas hanggang sa mahusay na pinagsama, pagkatapos ay kumulo hanggang sa uminit, mga 2 minuto.
f) Ilagay ang kanin, itlog, spinach, at pinaghalong karne ng baka sa mga lalagyan ng paghahanda ng pagkain at palamutihan ng berdeng sibuyas at linga, kung ninanais. Panatilihin itong sakop sa refrigerator 3 hanggang 4 na araw.
g) Painitin muli sa microwave sa loob ng 30 segundong pagitan hanggang sa uminit.

## 57. Mason jar na manok at ramen na sabaw

**MGA SANGKAP**

- 2 (5.6-onsa) na pakete ng pinalamig na yakisoba pansits
- 2 ½ kutsarang reduced-sodium vegetable broth base concentrate (gusto namin ang Mas mabuti Than Bouillon)
- 1 ½ kutsarang reduced-sodium soy sarsa
- 1 kutsarang kanin wine vinegar
- 1 kutsarang bagong gadgad na luya
- 2 kutsarita ng sambal oelek (ground fresh chile paste), o higit pa sa panlasa
- 2 kutsarita ng sesame oil
- 2 tasang natirang ginutay-gutay na rotisserie na manok
- 3 tasang baby spinach
- 2 karot, binalatan at gadgad
- 1 tasang hiniwang shiitake mushroom
- ½ tasa sariwang dahon ng cilantro
- 2 berdeng sibuyas, hiniwa nang manipis
- 1 kutsarita sesame buto

**MGA DIREKSYON**

a) Sa isang malaking palayok ng tubig na kumukulo, lutuin ang yakisoba hanggang lumuwag, 1 hanggang 2 minuto; alisan ng tubig ng mabuti.

b) Sa isang maliit na mangkok, pagsamahin ang base ng sabaw, toyo, suka, luya, sambal oelek, at sesame oil.

c) Hatiin ang pinaghalong sabaw sa 4 (24-onsa) na malapad na bibig na garapon na may mga takip, o iba pang lalagyan na hindi tinatablan ng init. Itaas ang yakisoba, manok, spinach, carrots, mushroom, cilantro, berdeng sibuyas, at linga. Takpan at palamigin ng hanggang 4 na araw.

d) Upang ihain, alisan ng takip ang isang garapon at magdagdag ng sapat na mainit na tubig upang matakpan ang mga nilalaman, mga 1 $\frac{1}{4}$ tasa. Microwave, walang takip, hanggang sa uminit, 2 hanggang 3 minuto. Hayaang tumayo ng 5 minuto, pukawin upang pagsamahin, at ihain kaagad.

## 58. Mason jar bolognese

**MGA SANGKAP**

- 2 kutsarang langis ng oliba
- 1-pound ground karne ng baka
- 1 pound Italian sausage, tinanggal ang mga casing
- 1 sibuyas, tinadtad
- 4 cloves na bawang, tinadtad
- 3 (14.5-onsa) na lata na hiniwang kamatis, pinatuyo
- 2 (15-onsa) na lata na tomato sarsa
- 3 dahon ng bay
- 1 kutsarita ng tuyo na oregano
- 1 kutsarita ng tuyo na basil
- $\frac{1}{2}$ kutsarita ng tuyo na thyme
- 1 kutsarita kosher salt
- $\frac{1}{2}$ kutsarita sariwang giniling na itim na paminta
- 2 (16-onsa) na pakete ng pinababang taba na mozzarella cheese, nakakubo
- 32 ounces hilaw na whole wheat fusilli, niluto ayon sa mga tagubilin sa pakete; mga 16 na tasa ang niluto

**MGA DIREKSYON**

a) Init ang langis ng oliba sa isang malaking kawali sa medium-high heat. Idagdag ang giniling na baka, sausage, sibuyas, at bawang. Lutuin hanggang kayumanggi, 5 hanggang 7 minuto, siguraduhing gumuho ang karne ng baka at sausage habang niluluto ito; alisan ng tubig ang labis na taba.

b) Ilipat ang pinaghalong giniling na karne ng baka sa isang 6-quart na slow cooker. Haluin ang mga kamatis, tomato sarsa, bay leaves, oregano, basil, thyme, asin, at paminta. Takpan at lutuin sa mahinang apoy sa loob ng 7 oras at 45 minuto. Alisin ang takip at gawing mataas ang mabagal na kusinilya. Ipagpatuloy ang pagluluto ng 15 minuto, hanggang sa lumapot ang sarsa. Itapon ang mga dahon ng bay at hayaang ganap na lumamig ang sarsa.

c) Hatiin ang sarsa sa 16 (24-onsa) na malapad na bibig na garapon na may takip, o iba pang lalagyan na hindi tinatablan ng init. Itaas ang mozzarella at fusilli. Palamigin ng hanggang 4 na araw.

d) Upang ihain, microwave, walang takip, hanggang sa uminit, mga 2 minuto. Haluin upang pagsamahin.

# 59. Mason jar lasagna

**MGA SANGKAP**

- 3 lasagna pansits
- 1 kutsarang langis ng oliba
- $\frac{1}{2}$ pound na giniling na sirloin
- 1 sibuyas, diced
- 2 cloves ng bawang, tinadtad
- 3 kutsarang tomato paste
- 1 kutsarita Italian seasoning
- 2 (14.5-onsa) na lata na diced na kamatis
- 1 medium zucchini, gadgad
- 1 malaking karot, gadgad
- 2 tasang ginutay-gutay na baby spinach
- Kosher salt at sariwang giniling na itim na paminta, sa panlasa
- 1 tasang part-skim ricotta cheese
- 1 tasang ginutay-gutay na mozzarella cheese, hinati
- 2 kutsarang tinadtad na sariwang dahon ng basil

## MGA DIREKSYON

a) Sa isang malaking palayok ng kumukulong inasnan na tubig, lutuin ang pasta ayon sa mga tagubilin sa pakete; alisan ng tubig ng mabuti. Gupitin ang bawat pansit sa 4 na piraso; itabi.

b) Init ang langis ng oliba sa isang malaking kawali o Dutch oven sa medium-high heat. Idagdag ang giniling na sirloin at sibuyas at lutuin hanggang magkulay, 3 hanggang 5 minuto, siguraduhing gumuho ang karne ng baka habang niluluto; alisan ng tubig ang labis na taba.

c) Haluin ang bawang, tomato paste, at Italian seasoning at lutuin hanggang mabango, 1 hanggang 2 minuto. Haluin ang mga kamatis, bawasan ang apoy, at kumulo hanggang bahagyang lumapot, 5 hanggang 6 minuto. Ihalo ang zucchini, carrot, at spinach at lutuin, madalas na pagpapakilos, hanggang malambot, 2 hanggang 3 minuto. Timplahan ng asin at paminta ayon sa panlasa. Itabi ang sarsa.

d) Sa isang maliit na mangkok, pagsamahin ang ricotta, $\frac{1}{2}$ tasa ng mozzarella, at basil; timplahan ng asin at paminta ayon sa panlasa

e) Painitin muna ang oven sa 375 degrees F. Langis nang bahagya ang 4 (16-onsa) na malapad na bibig na mga garapon ng salamin na may takip, o iba pang lalagyan na ligtas sa oven, o balutin ng nonstick spray.

f) Maglagay ng 1 piraso ng pasta sa bawat garapon. Hatiin ang isang-katlo ng sarsa sa mga garapon. Ulitin gamit ang pangalawang layer ng pasta at sarsa. Itaas ang pinaghalong ricotta, natitirang pasta, at natitirang sarsa. Budburan ng natitirang $\frac{1}{2}$ tasang mozzarella cheese.

g) Ilagay ang mga garapon sa isang baking sheet. Ilagay sa oven at maghurno hanggang sa bumubulusok, 25 hanggang 30 minuto; cool na ganap. Palamigin ng hanggang 4 na araw.

# 60. Miso ginger detox na sopas

**MGA SANGKAP**

- 2 kutsarita ng toasted sesame oil
- 2 kutsarita ng canola oil
- 3 cloves ng bawang, tinadtad
- 1 kutsarang bagong gadgad na luya
- 6 tasang stock ng gulay
- 1 sheet ng kombu, gupitin sa maliliit na piraso
- 4 kutsarita puting miso paste
- 1 (3.5-onsa) na pakete ng shiitake mushroom, hiniwa (mga 2 tasa)
- 8 ounces' firm tofu, cubed
- 5 baby bok choy, tinadtad
- $\frac{1}{4}$ tasa hiniwang berdeng sibuyas

**MGA DIREKSYON**

a) Init ang sesame oil at canola oil sa isang malaking stockpot o Dutch oven sa katamtamang init. Idagdag ang bawang at luya at lutuin, pagpapakilos nang madalas, hanggang sa mabango, 1 hanggang 2 minuto. Haluin ang stock, kombu, at miso paste at pakuluan. Takpan, bawasan ang init, at kumulo ng 10 minuto. Haluin ang mga kabute at lutuin hanggang malambot, mga 5 minuto.

b) Haluin ang tofu at bok choy at lutuin hanggang sa uminit ang tokwa at malambot lang ang bok choy, mga 2 minuto. Haluin ang berdeng sibuyas. Ihain kaagad.

c) O, upang maghanda nang maaga, hayaang lumamig nang buo ang stock sa dulo ng hakbang 1. Pagkatapos ay ihalo ang tofu, bok choy, at berdeng sibuyas. Hatiin sa mga lalagyan ng airtight, takpan, at palamigin ng hanggang 3 araw. Upang magpainit muli, ilagay sa microwave sa loob ng 30 segundong pagitan hanggang sa uminit.

## 61. Pinalamanan ng kamote

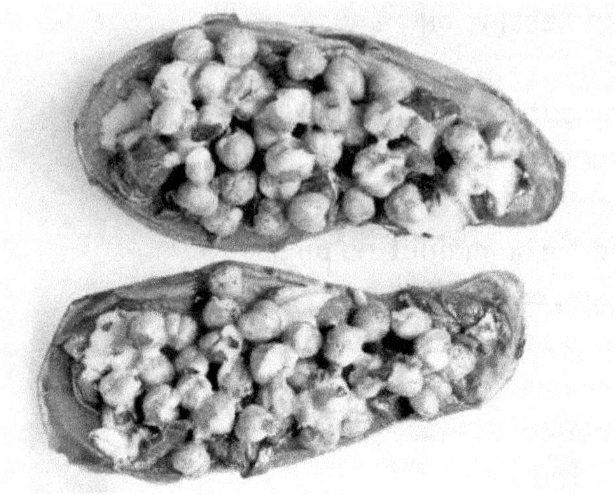

YIELD: 4 SERVINGS

**MGA SANGKAP**

- 4 katamtamang kamote

**MGA DIREKSYON**

a) Painitin muna ang hurno sa 400 degrees F. Ihanay ang baking sheet na may parchment paper o aluminum foil.

b) Ilagay ang mga kamote sa isang layer sa inihandang baking sheet. Maghurno hanggang lumambot ang tinidor, mga 1 oras at 10 minuto.

c) Hayaang magpahinga hanggang sapat na lumamig upang mahawakan.

## 62. Korean-Americano Manok Pinalamanan na Patatas

**MGA SANGKAP**

- $\frac{1}{2}$ tasang tinimplahan na kanin wine vinegar
- 1 kutsarang asukal
- Kosher salt at sariwang giniling na itim na paminta, sa panlasa
- 1 tasang matchstick carrots
- 1 malaking shallot, hiniwa
- $\frac{1}{4}$ kutsarita ng dinurog na pulang paminta na mga natuklap
- 2 kutsarita ng sesame oil
- 1 (10-onsa) na pakete ng sariwang spinach
- 2 cloves ng bawang, tinadtad
- 4 na inihaw na kamote (dito)
- 2 tasang Maanghang Korean-Americano Sesame Manok (dito)

**MGA DIREKSYON**

a) Sa isang maliit na kasirola, pagsamahin ang suka, asukal, 1 kutsarita ng asin, at $\frac{1}{4}$ tasa ng tubig. Pakuluan sa katamtamang init. Ihalo ang mga carrots, shallot, at red paminta mga natuklap. Alisin mula sa init at hayaang tumayo ng 30 minuto.

b) Init ang sesame oil sa isang malaking kawali sa katamtamang init. Haluin ang spinach at bawang at lutuin hanggang malanta ang spinach, 2 hanggang 4 na minuto. Timplahan ng asin at paminta ayon sa panlasa.

c) Hatiin ang patatas nang pahaba at timplahan ng asin at paminta. Itaas ang manok, carrot mixture, at spinach.

d) Hatiin ang mga kamote sa mga lalagyan ng paghahanda ng pagkain. Palamigin ng hanggang 3 araw. Painitin muli sa microwave sa loob ng 30 segundong pagitan hanggang sa uminit.

## 63. Kale at Red Paminta Pinalamanan na Patatas

**MGA SANGKAP**

- 1 kutsarang langis ng oliba
- 2 cloves ng bawang, tinadtad
- 1 matamis na sibuyas, hiniwa
- 1 kutsarita pinausukang paprika
- 1 pulang kampanilya paminta, hiniwa ng manipis
- 1 bungkos na kulot na kale, tinanggal ang mga tangkay at tinadtad ang mga dahon
- Kosher salt at sariwang giniling na itim na paminta, sa panlasa
- 4 na inihaw na kamote
- $\frac{1}{2}$ tasa crumbled reduced-fat feta cheese

**MGA DIREKSYON**

a) Init ang langis ng oliba sa isang malaking kawali sa katamtamang init. Idagdag ang bawang at sibuyas at lutuin, madalas na pagpapakilos, hanggang sa maging translucent ang sibuyas, 2 hanggang 3 minuto. Haluin ang paprika at lutuin hanggang mabango, mga 30 segundo.

b) Haluin ang bell paminta at lutuin hanggang malutong, mga 2 minuto. Haluin ang kale, isang dakot sa isang pagkakataon, at lutuin hanggang sa maliwanag na berde at matuyo lang, 3 hanggang 4 na minuto.

c) Hatiin ang patatas at timplahan ng asin at paminta. Itaas ang pinaghalong kale at feta.

d) Hatiin ang mga kamote sa mga lalagyan ng paghahanda ng pagkain.

## 64. Mustard Manok Pinalamanan na Patatas

**MGA SANGKAP**

- 1 kutsarang langis ng oliba
- 2 tasang hiwa ng sariwang green patanis
- 1 $\frac{1}{2}$ tasa ng quartered cremini mushroom
- 1 bawang, tinadtad
- 1 sibuyas na bawang, tinadtad
- 2 kutsarang tinadtad na sariwang dahon ng perehil
- Kosher salt at sariwang giniling na itim na paminta, sa panlasa
- 4 na inihaw na kamote (dito)
- 2 tasang Honey Mustard Manok (dito)

**MGA DIREKSYON**

a) Init ang langis ng oliba sa isang malaking kawali sa katamtamang init. Idagdag ang green patanis, mushroom, at shallot at lutuin, madalas na pagpapakilos, hanggang sa malutong na malambot ang green patanis, 5 hanggang 6 na minuto. Haluin ang bawang at perehil at lutuin hanggang mabango, mga 1 minuto. Timplahan ng asin at paminta ayon sa panlasa.

b) Hatiin ang patatas nang pahaba at timplahan ng asin at paminta. Itaas ang pinaghalong green patani at manok.

c) Hatiin ang mga kamote sa mga lalagyan ng paghahanda ng pagkain. Palamigin ng hanggang 3 araw. Painitin muli sa microwave sa loob ng 30 segundong pagitan hanggang sa uminit.

## 65. Itim Patani at Pico de tandang Pinalamanan na Patatas

**MGA SANGKAP**

**Itim patanis**

- 1 kutsarang langis ng oliba
- ½ matamis na sibuyas, diced
- 1 sibuyas na bawang, tinadtad
- 1 kutsarita ng sili na pulbos
- ½ kutsarita ng giniling na kumin
- 1 (15.5-onsa) lata ng itim patanis, hinuhugasan at pinatuyo
- 1 kutsarita apple cider vinegar
- Kosher salt at sariwang giniling na itim na paminta, sa panlasa

**Pico de tandang**

- 2 plum tomatoes, diced
- ½ matamis na sibuyas, diced
- 1 jalapeño, may binhi at tinadtad
- 3 kutsarang tinadtad na sariwang dahon ng cilantro
- 1 kutsarang sariwang kinatas na katas ng kalamansi
- Kosher salt at sariwang giniling na itim na paminta, sa panlasa
- 4 na inihaw na kamote (dito)
- 1 abukado, hiniwa, hiniwa, binalatan, at diced
- ¼ tasa ng light sour mag-atas

**MGA DIREKSYON**

a) PARA SA PATANIS: Init ang langis ng oliba sa isang katamtamang kasirola sa katamtamang init. Idagdag ang sibuyas at lutuin, pagpapakilos nang madalas, hanggang sa translucent, 2 hanggang 3 minuto. Haluin ang bawang, chili pulbos, at cumin at lutuin hanggang mabango, mga 1 minuto.
b) Haluin ang patanis at ⅔tasa ng tubig. Dalhin sa isang kumulo, bawasan ang apoy, at lutuin hanggang mabawasan, 10 hanggang 15 minuto. Gamit ang potato masher, i-mash ang patanis hanggang maabot ang makinis at ninanais na consistency. Haluin ang suka at timplahan ng asin at paminta ayon sa panlasa.
c) PARA SA PICO DE TANDANG: Pagsamahin ang mga kamatis, sibuyas, jalapeño, cilantro, at katas ng kalamansi sa isang medium na mangkok. Timplahan ng asin at paminta ayon sa panlasa.
d) Hatiin ang patatas nang pahaba at timplahan ng asin at paminta. Itaas ang pinaghalong itim patani at Pico de tandang.
e) Hatiin ang mga kamote sa mga lalagyan ng paghahanda ng pagkain. Palamigin ng hanggang 3 araw. Painitin muli sa microwave sa loob ng 30 segundong pagitan hanggang sa uminit.

## 66. Zucchini pansits na may turkey mga bola-bola

**MGA SANGKAP**

- 1-pound ground turkey
- ⅓tasa ng panko
- 3 kutsarang sariwang gadgad na Parmesan
- 2 malaking pula ng itlog
- $\frac{3}{4}$ kutsarita ng pinatuyong oregano
- $\frac{3}{4}$ kutsarita ng tuyo na basil
- $\frac{1}{2}$ kutsarita ng tuyo na perehil
- $\frac{1}{4}$ kutsarita ng pulbos ng bawang
- $\frac{1}{4}$ kutsarita ng dinurog na pulang paminta na mga natuklap
- Kosher salt at sariwang giniling na itim na paminta, sa panlasa
- 2 pounds (3 medium) zucchini, spiralized
- 2 kutsarita ng kosher na asin
- 2 tasang marinara sarsa (gawa sa bahay o binili sa tindahan)
- $\frac{1}{4}$ tasa na bagong gadgad na Parmesan cheese

**MGA DIREKSYON**

a) Painitin muna ang oven sa 400 degrees F. Langis nang bahagya ang isang 9x13-inch baking dish o coat na may nonstick spray.
b) Sa isang malaking mangkok, pagsamahin ang ground turkey, panko, Parmesan, itlog yolks, oregano, basil, parsley, garlic pulbos, at red paminta mga natuklap; timplahan ng asin at paminta. Gamit ang isang kahoy na kutsara o malinis na mga kamay, haluin hanggang sa mahusay na pinagsama. Pagulungin ang timpla sa 16 hanggang 20 bola-bola, bawat isa ay 1 hanggang 1 $\frac{1}{2}$ pulgada ang diyametro.
c) Ilagay ang mga bola-bola sa inihandang baking dish at maghurno sa loob ng 15 hanggang 18 minuto, hanggang sa mag-brown ang lahat at maluto; itabi.
d) Ilagay ang zucchini sa isang colander sa ibabaw ng lababo. Magdagdag ng asin at malumanay na ihagis upang pagsamahin; hayaang umupo ng 10 minuto. Sa isang malaking palayok ng tubig na kumukulo, lutuin ang zucchini sa loob ng 30 segundo hanggang 1 minuto; alisan ng tubig ng mabuti.
e) Hatiin ang zucchini sa mga lalagyan ng paghahanda ng pagkain. Itaas ang mga mga bola-bola, marinara sarsa, at Parmesan. Panatilihin itong sakop sa refrigerator 3 hanggang 4 na araw. Painitin muli sa microwave, walang takip, sa loob ng 30 segundong pagitan hanggang sa uminit.

## 67. Madaling bola-bola

Nagbubunga ng mga 18 mga bola-bola

**MGA SANGKAP**

- 20 oz. (600g) sobrang payat na giniling na dibdib ng pabo
- ½ tasa (40g) oat flour
- 1 itlog
- 2 tasa (80g) spinach, tinadtad (opsyonal)
- 1 kutsaritang pulbos ng bawang
- ¾ kutsarita ng asin
- ½ kutsarita ng paminta

**MGA DIREKSYON**

a) Painitin muna ang oven sa 350F (180C).

b) Paghaluin ang lahat ng Sangkap sa isang mangkok.

c) Igulong ang karne sa mga bola-bola na kasing laki ng golf at ilipat sa isang na-spray na 9x13" (30x20cm) na baking dish.

d) Maghurno ng 15 minuto.

## 68. 3-Sahog na Sopas

Nagbubunga ng 8 servings

**MGA SANGKAP**

- 2 15 oz. (425g bawat isa) lata ng patanis (gumagamit ako ng isang lata ng itim patanis at isang lata ng white patanis), pinatuyo/binanlawan
- 1 15 oz. (425g) maaaring diced na kamatis
- 1 tasa (235mL) sabaw ng manok/gulay asin at paminta sa panlasa

**MGA DIREKSYON**

a) Pagsamahin ang lahat ng Sangkap sa isang kasirola sa medium-high heat. Pakuluan.

b) Kapag kumulo na, takpan at ibaba sa kumulo sa loob ng 25 minuto.

c) Gamitin ang iyong immersion blender (o ilipat sa isang normal na blender/processor sa mga batch) upang i-pure ang sopas sa gusto mong consistency.

d) Ihain nang mainit na may kasamang Greek yogurt bilang kapalit ng sour mag-atas, low fat cheddar cheese at berdeng sibuyas!

e) Tumatagal ng hanggang 5 araw sa refrigerator.

# 69. Mabagal na Kusinilya sarsa Turkey

Nagbubunga ng 6 na servings

**MGA SANGKAP**

- 20 oz. (600g) sobrang payat na giniling na dibdib ng pabo
- 1 15.5 oz. garapon (440g) ng salsa
- asin at paminta sa panlasa (opsyonal)

**MGA DIREKSYON**

a) Idagdag ang iyong ground turkey at salsa sa iyong slow cooker.

b) Pababa ang init. Hayaang magluto ng 6-8 oras, mabagal at mababa. Haluin nang isa o dalawang beses sa buong tagal ng oras ng pagluluto. (Magluto ng mataas sa loob ng 4 na oras kung ikaw ay nasa isang time crunch).

c) Ihain na may kasamang karagdagang malamig na salsa, Greek yogurt bilang kapalit ng sour mag-atas, keso o berdeng sibuyas!

d) Tumatagal ng 5 araw sa refrigerator, o 3-4 na buwan sa freezer.

## 70. Burrito-Mangkok-In-A-Jar

Nagbubunga ng 1 Jar

**MGA SANGKAP**

- 2 kutsarang salsa
- $\frac{1}{4}$ tasa (40g) patanis/patani salsa ⅓tasa (60g) lutong kanin/quinoa
- 3 oz. (85g) nilutong extra lean ground turkey, manok, o protina na pinili
- 2 kutsarang low fat cheddar cheese
- 1 $\frac{1}{2}$ tasa (60g) lettuce/mga gulay
- 1 Kutsarang Greek yogurt ("sour mag-atas")
- $\frac{1}{4}$ abukado

**MGA DIREKSYON**

a) Ilagay ang lahat ng iyong Ingredients sa garapon.
b) Mag-imbak para sa pagkain sa ibang pagkakataon.
c) Kapag handa nang kainin, ibuhos ang garapon sa isang plato o mangkok upang ihalo at lamunin!
d) Tumatagal ng 4-5 araw sa refrigerator.

# MALAMIG NA TANGHALIAN

71. Mga mangkok sa paghahanda ng pagkain ng Carnitas

**MGA SANGKAP**

- 2 ½ kutsarita ng sili na pulbos
- 1 ½ kutsarita ng giniling na kumin
- 1 ½ kutsarita ng tuyo na oregano
- 1 kutsarita kosher salt, o higit pa sa panlasa
- ½ kutsarita ng ground itim paminta, o higit pa sa panlasa
- 1 (3-pound) pork loin, pinutol ang labis na taba
- 4 cloves na bawang, binalatan
- 1 sibuyas, gupitin sa mga wedges
- Juice ng 2 dalandan
- Katas ng 2 kalamansi
- 8 tasang ginutay-gutay na kale
- 4 plum tomatoes, tinadtad
- 2 (15-onsa) na lata ng itim patanis, pinatuyo at binanlawan
- 4 na tasang butil ng mais (frozen, de-latang, o inihaw)
- 2 abukado, hiniwa, hiniwa, binalatan, at diced
- 2 limes, gupitin sa mga wedges

**MGA DIREKSYON**

a) Sa isang maliit na mangkok, pagsamahin ang chili pulbos, cumin, oregano, asin, at paminta. Timplahan ang baboy na may pinaghalong pampalasa, kuskusin nang maigi sa lahat ng panig.

b) Ilagay ang baboy, bawang, sibuyas, orange juice, at katas ng kalamansi sa isang slow cooker. Takpan at lutuin sa mababang sa loob ng 8 oras, o sa mataas sa loob ng 4 hanggang 5 oras.

c) Alisin ang baboy sa kusinilya at gutayin ang karne. Ibalik ito sa palayok at ihagis kasama ang mga katas; timplahan ng asin at paminta, kung kinakailangan. Takpan at panatilihing mainit-init para sa karagdagang 30 minuto.

d) Ilagay ang baboy, kale, kamatis, itim patanis, at mais sa mga lalagyan ng paghahanda ng pagkain. Panatilihin itong sakop sa refrigerator 3 hanggang 4 na araw. Ihain kasama ng avocado at lime wedges.

## 72. Chicago mainit aso salad

**MGA SANGKAP**

- 2 kutsarang extra-virgin olive oil
- 1 ½ kutsarang dilaw na mustasa
- 1 kutsarang pulang alak suka
- 2 kutsarita ng poppy buto
- ½ kutsarita asin ng kintsay
- Kurot ng asukal
- Kosher salt at sariwang giniling na itim na paminta, sa panlasa
- 1 tasa ng quinoa
- 4 na reduced-fat turkey mainit aso
- 3 tasang ginutay-gutay na baby kale
- 1 tasa ng kalahating cherry tomatoes
- ⅓tasa ng diced puting sibuyas
- ¼ tasang sport pamintas
- 8 dill pickle spears

**MGA DIREKSYON**

a) PARA GAWIN ANG VINAIGRETTE: Pagsamahin ang langis ng oliba, mustasa, suka, buto ng poppy, asin sa kintsay, at asukal sa isang medium na mangkok. Timplahan ng asin at paminta ayon sa panlasa. Takpan at palamigin sa loob ng 3 hanggang 4 na araw.
b) Lutuin ang quinoa ayon sa mga tagubilin sa pakete sa isang malaking kasirola na may 2 tasang tubig; itabi.
c) Painitin ang grill hanggang medium-high. Idagdag ang mga mainit aso sa grill at lutuin hanggang sa ginintuang kayumanggi at bahagyang masunog sa lahat ng panig, 4 hanggang 5 minuto. Hayaang lumamig at gupitin sa kasing laki ng mga piraso.
d) Hatiin ang quinoa, mainit na aso, kamatis, sibuyas, at paminta sa mga lalagyan ng paghahanda ng pagkain. Pananatilihin sa refrigerator sa loob ng 3 hanggang 4 na araw.
e) Upang ihain, ibuhos ang dressing sa ibabaw ng salad at dahan-dahang ihalo upang pagsamahin. Ihain kaagad, pinalamutian ng mga pickle spears, kung ninanais.

## 73. Mga isda taco mangkok

**MGA SANGKAP**

**Cilantro lime dressing**

- 1 tasang maluwag na naka-pack na cilantro, tinanggal ang mga tangkay
- $\frac{1}{2}$ tasa ng Greek yogurt
- 2 clove ng bawang,
- Katas ng 1 kalamansi
- Kurot ng kosher salt
- $\frac{1}{4}$ tasa ng extra-virgin olive oil
- 2 kutsarang apple cider vinegar

**Tilapia**

- 3 kutsarang unsalted mantikilya, natunaw
- 3 cloves ng bawang, tinadtad
- Grated zest ng 1 kalamansi
- 2 kutsarang sariwang kinatas na katas ng kalamansi, o higit pa sa panlasa
- 4 (4-onsa) na tilapia fillet
- Kosher salt at sariwang giniling na itim na paminta, sa panlasa
- $\frac{2}{3}$tasa ng quinoa
- 2 tasang ginutay-gutay na kale
- 1 tasang ginutay-gutay na pulang repolyo
- 1 tasang butil ng mais (naka-lata o inihaw)
- 2 plum tomatoes, diced
- $\frac{1}{4}$ tasa ng dinurog na tortilla chips
- 2 kutsarang tinadtad na sariwang dahon ng cilantro

**MGA DIREKSYON**

a) PARA SA DRESSING: Pagsamahin ang cilantro, yogurt, bawang, katas ng kalamansi, at asin sa mangkok ng pipino. Habang tumatakbo ang motor, idagdag ang langis ng oliba at suka sa isang mabagal na daloy hanggang sa emulsified. Takpan at palamigin sa loob ng 3 hanggang 4 na araw.

b) PARA SA TILAPIA: Painitin muna ang oven sa 425 degrees F. Langis nang bahagya ang isang 9x13-inch na baking dish o coat na may nonstick spray.

c) Sa isang maliit na mangkok, haluin ang mantikilya, bawang, lime zest, at katas ng dayap. Timplahan ng asin at paminta ang tilapia at ilagay sa inihandang baking dish. Ibuhos ang pinaghalong mantikilya.

d) Maghurno hanggang sa madaling matuklap ang isda gamit ang isang tinidor, 10 hanggang 12 minuto.

e) Lutuin ang quinoa ayon sa mga tagubilin sa pakete sa isang malaking kasirola na may 2 tasang tubig. Hayaang lumamig.

f) Hatiin ang quinoa sa mga lalagyan ng paghahanda ng pagkain. Itaas ang tilapia, kale, repolyo, mais, kamatis, at tortilla chips.

g) Upang ihain, lagyan ng cilantro lime dressing, pinalamutian ng cilantro, kung ninanais.

## 74. Mag-ani ng cobb salad

**MGA SANGKAP**

**Poppy seed dressing**

- ¼ tasa 2% ng gatas
- 3 kutsarang mayonesa ng langis ng oliba
- 2 kutsarang Greek yogurt
- 1 ½ kutsarang asukal, o higit pa sa panlasa
- 1 kutsarang apple cider vinegar
- 1 kutsarang buto ng poppy
- 2 kutsarang langis ng oliba

Salad

- 16 ounces 'mantikilyanut squash, gupitin sa 1-pulgadang tipak
- 16 ounces Brussels sprouts, hinati
- 2 sprigs sariwang thyme
- 5 sariwang dahon ng sambong
- Kosher salt at sariwang giniling na itim na paminta, sa panlasa
- 4 katamtamang itlog
- 4 na hiwa ng tusino, diced
- 8 tasang ginutay-gutay na kale
- 1 ⅓tasang lutong ligaw na bigas

**MGA DIREKSYON**

a) PARA SA DRESSING: Paghaluin ang gatas, mayonesa, yogurt, asukal, suka, at buto ng poppy sa isang maliit na mangkok. Takpan at palamigin ng hanggang 3 araw.

b) Painitin muna ang oven sa 400 degrees F. Langis nang bahagya ang baking sheet o coat na may nonstick spray.

c) Ilagay ang squash at Brussels sprouts sa inihandang baking sheet. Idagdag ang langis ng oliba, thyme, at sage at dahan-dahang ihalo upang pagsamahin; timplahan ng asin at paminta. Ayusin sa isang pantay na layer at maghurno, lumiko nang isang beses, para sa 25 hanggang 30 minuto, hanggang malambot; itabi.

d) Samantala, ilagay ang mga itlog sa isang malaking kasirola at takpan ng malamig na tubig ng 1 pulgada. Pakuluan at lutuin ng 1 minuto. Takpan ang palayok na may masikip na takip at alisin mula sa init; hayaang umupo ng 8 hanggang 10 minuto. Patuyuin ng mabuti at hayaang lumamig bago balatan at hiwain.

e) Init ang isang malaking kawali sa medium-high heat. Idagdag ang tusino at lutuin hanggang kayumanggi at malutong, 6 hanggang 8 minuto; alisan ng tubig ang labis na taba. Ilipat sa isang papel na may linyang tuwalya; itabi.

f) Upang tipunin ang mga salad, ilagay ang kale sa mga lalagyan ng paghahanda ng pagkain; ayusin ang mga hilera ng kalabasa, Brussels sprouts, tusino, itlog, at ligaw na bigas sa itaas. Panatilihin itong sakop sa refrigerator 3 hanggang 4 na araw. Ihain kasama ang poppy seed dressing.

## 75. Kalabaw kuliplor cobb salad

**MGA SANGKAP**

- 3-4 tasa ng kuliplor florets
- 1 15 oz. maaari sisiw gisantess, pinatuyo, banlawan at patted tuyo
- 2 kutsarita ng avocado oil
- ½ kutsarita ng paminta
- ½ kutsarita ng asin sa dagat
- ½ tasang buffalo wing sarsa
- 4 tasa sariwang romaine, tinadtad
- ½ tasa ng kintsay, tinadtad
- ¼ tasa pulang sibuyas, hiniwa
- Mag-atas Vegan Ranch Dressing:
- ½ tasang hilaw na kasoy, ibabad ng 3-4 na oras o magdamag
- ½ tasang sariwang tubig
- 2 kutsarita ng tuyo na dill
- 1 kutsarita ng bawang pulbos
- 1 kutsarita ng sibuyas na pulbos
- ½ kutsarita ng asin sa dagat
- kurot ng itim paminta

**MGA DIREKSYON**

a) Itakda ang oven sa 450°F.
b) Magdagdag ng kuliplor, sisiw gisantess, mantika, paminta at asin sa malaking mangkok at ihagis sa coat.
c) Ibuhos ang timpla sa isang baking sheet o bato. Inihaw ng 20 minuto. Alisin ang baking sheet mula sa oven, ibuhos ang buffalo sarsa sa pinaghalong pinaghalong at ihagis sa coat. Inihaw para sa isa pang 10-15 minuto o hanggang sa ang mga sisiw gisantess ay malutong at kuliplor ay inihaw ayon sa gusto mo. Alisin sa oven.
d) Magdagdag ng mga babad at pinatuyo na cashew sa isang high powered blender o pipino na may 1/2 tasa ng tubig, dill, pulbos ng bawang, pulbos ng sibuyas, asin at paminta. Haluin hanggang makinis.
e) Kumuha ng dalawang mangkok ng salad at magdagdag ng 2 tasa ng tinadtad na romaine, 1/4 tasa ng kintsay at 1/8 tasa ng sibuyas sa bawat mangkok. Ibabaw sa inihaw na Kalabaw kuliplor at sisiw gisantess. Ambon sa dressing at magsaya!

Ang mason jar beet at brussels ay umusbong ng mga mangkok ng butil

**MGA SANGKAP**

- 3 medium beets (mga 1 pound)
- 1 kutsarang langis ng oliba
- Kosher salt at sariwang giniling na itim na paminta, sa panlasa
- 1 tasang farro
- 4 na tasang baby spinach o kale
- 2 tasang Brussels sprouts (mga 8 ounces), hiniwa nang manipis
- 3 clementine, binalatan at pinaghiwa-hiwalay
- ½ tasang pecans, toasted
- ½ tasang buto ng granada

**Honey-Dijon red wine vinaigrette**

- ¼ tasa ng extra-virgin olive oil
- 2 kutsarang pulang alak suka
- ½ shallot, tinadtad
- 1 kutsarang pulot
- 2 kutsarita ng buong butil ng mustasa
- Kosher salt at sariwang giniling na itim na paminta, sa panlasa

**MGA DIREKSYON**

a) Painitin muna ang hurno sa 400 degrees F. Lalagyan ng foil ang baking sheet.
b) Ilagay ang mga beets sa foil, ibuhos ng langis ng oliba, at timplahan ng asin at paminta. Tiklupin ang lahat ng 4 na gilid ng foil para makagawa ng pouch. Maghurno hanggang lumambot ang tinidor, 35 hanggang 45 minuto; hayaang lumamig, mga 30 minuto.
c) Gamit ang isang malinis na tuwalya ng papel, kuskusin ang mga beet upang alisin ang mga balat; dice sa bite-size na mga piraso.
d) Lutuin ang farro ayon sa Mga Direksyon sa pakete, pagkatapos ay palamigin.
e) Hatiin ang mga beet sa 4 (32-onsa) na malapad na bibig na garapon na may mga takip. Sa itaas ay may spinach o kale, farro, Brussels sprouts, clementines, pecans, at mga buto ng granada. Panatilihin itong sakop sa refrigerator sa loob ng 3 o 4 na araw.
f) PARA SA VINAIGRETTE: Pagsamahin ang langis ng oliba, suka, bawang, pulot, mustasa, at 1 kutsarang tubig; timplahan ng asin at paminta ayon sa panlasa. Takpan at palamigin ng hanggang 3 araw.
g) Upang ihain, idagdag ang vinaigrette sa bawat garapon at iling. Ihain kaagad.

## 76. Mason jar broccoli salad

**MGA SANGKAP**

- 3 kutsarang 2% ng gatas
- 2 kutsarang mayonesa ng langis ng oliba
- 2 kutsarang Greek yogurt
- 1 kutsarang asukal, o higit pa sa panlasa
- 2 kutsarita ng apple cider vinegar
- ½ tasang kasoy
- ¼ tasa ng pinatuyong cranberry
- ½ tasang diced pulang sibuyas
- 2 ounces 'cheddar cheese, diced
- 5 tasang tinadtad na broccoli florets

**MGA DIREKSYON**

a) PARA SA PAGDRESYO: Paghaluin ang gatas, mayonesa, yogurt, asukal, at suka sa isang maliit na mangkok.

b) Hatiin ang dressing sa 4 (16-ounce) na malapad na bibig na garapon na may mga takip. Sa itaas ay may mga cashew, cranberry, sibuyas, keso, at broccoli. Palamigin ng hanggang 3 araw.

c) Upang ihain, kalugin ang laman ng garapon at ihain kaagad.

## 77. Mason jar manok salad

**MGA SANGKAP**

- 2 $\frac{1}{2}$ tasang natirang ginutay-gutay na rotisserie na manok
- $\frac{1}{2}$ tasa ng Greek yogurt
- 2 kutsarang mayonesa ng langis ng oliba
- $\frac{1}{4}$ tasa diced pulang sibuyas
- 1 tangkay ng kintsay, diced
- 1 kutsarang sariwang kinatas na lemon juice, o higit pa sa panlasa
- 1 kutsarita tinadtad na sariwang tarragon
- $\frac{1}{2}$ kutsarita ng Dijon mustard
- $\frac{1}{2}$ kutsarita ng bawang pulbos
- Kosher salt at sariwang giniling na itim na paminta, sa panlasa
- 4 na tasang ginutay-gutay na kale
- 2 mansanas ni Granny Smith, kinautot at tinadtad
- $\frac{1}{2}$ tasang kasoy
- $\frac{1}{2}$ tasa ng pinatuyong cranberry

**MGA DIREKSYON**

a) Sa isang malaking mangkok, pagsamahin ang manok, yogurt, mayonesa, pulang sibuyas, kintsay, lemon juice, tarragon, mustasa, at pulbos ng bawang; timplahan ng asin at paminta ayon sa panlasa.

b) Hatiin ang pinaghalong manok sa 4 (24-onsa) malawak na bibig na garapon na may mga takip. Itaas ang kale, mansanas, cashews, at cranberry. Palamigin ng hanggang 3 araw.

c) Upang ihain, kalugin ang laman ng isang garapon at ihain kaagad.

## 78. Mason jar Chinese manok salad

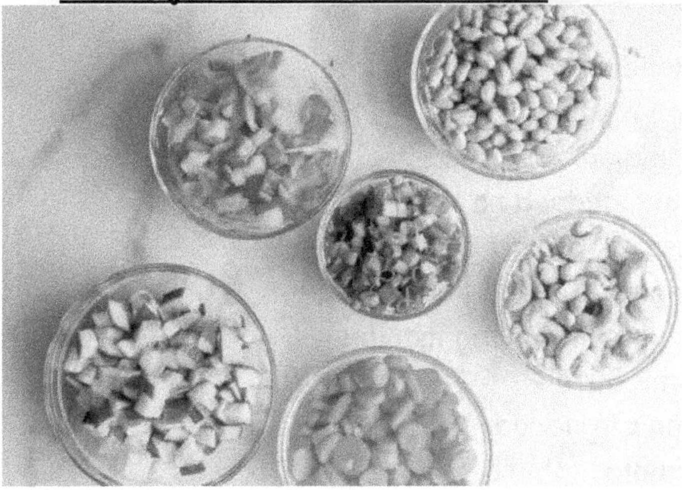

**MGA SANGKAP**

- $\frac{1}{2}$ tasang kanin wine vinegar
- 2 cloves na bawang, pinindot
- 1 kutsarang sesame oil
- 1 kutsarang bagong gadgad na luya
- 2 kutsarita ng asukal, o higit pa sa panlasa
- $\frac{1}{2}$ kutsarita na pinababang-sodium na toyo
- 2 berdeng sibuyas, hiniwa nang manipis
- 1 kutsarita sesame buto
- 2 karot, binalatan at gadgad
- 2 tasang diced English pipino
- 2 tasang ginutay-gutay na lilang repolyo
- 12 tasang tinadtad na kale
- 1 $\frac{1}{2}$ tasang natirang diced rotisserie na manok
- 1 tasang wonton strips

**MGA DIREKSYON**

a) PARA SA VINAIGRETTE: Pagsamahin ang suka, bawang, sesame oil, luya, asukal, at toyo sa isang maliit na mangkok. Hatiin ang dressing sa 4 (32-ounce) na malapad na bibig na garapon na may mga takip.

b) Itaas ang mga berdeng sibuyas, linga, karot, pipino, repolyo, kale, at manok. Palamigin ng hanggang 3 araw. Itabi ang wonton strips nang hiwalay.

c) Upang ihain, kalugin ang mga nilalaman ng isang garapon at idagdag ang mga wonton strips. Ihain kaagad.

## 79. Mason jar niçoise salad

**MGA SANGKAP**

- 2 katamtamang itlog
- 2 ½ tasa na hinati sa kalahating patanis
- 3 (7-ounce) na lata ng albacore tuna na nakaimpake sa tubig, pinatuyo at binanlawan
- ¼ tasa ng extra-virgin olive oil
- 2 kutsarang pulang alak suka
- 2 kutsarang diced pulang sibuyas
- 2 kutsarang tinadtad na sariwang dahon ng perehil
- 1 kutsarang tinadtad na sariwang dahon ng tarragon
- 1 ½ kutsarita ng Dijon mustard
- Kosher salt at sariwang giniling na itim na paminta, sa panlasa
- 1 tasa ng kalahating cherry tomatoes
- 4 na tasang napunit na mantikilya lettuce
- 3 tasang dahon ng arugula
- 12 Kalamata olives
- 1 lemon, gupitin sa mga wedges (opsyonal)

**MGA DIREKSYON**

a) Ilagay ang mga itlog sa isang malaking kasirola at takpan ng malamig na tubig ng 1 pulgada. Pakuluan at lutuin ng 1 minuto. Takpan ang palayok na may masikip na takip at alisin mula sa apoy; hayaang umupo ng 8 hanggang 10 minuto.

b) Samantala, sa isang malaking palayok ng kumukulong inasnan na tubig, blanch ang green patanis hanggang maliwanag na berde ang kulay, mga 2 minuto. Patuyuin at palamig sa isang mangkok ng tubig na yelo. Patuyuin ng mabuti. Alisan ng tubig ang mga itlog at hayaang lumamig bago balatan at gupitin sa kalahati ang mga itlog.

c) Sa isang malaking mangkok, pagsamahin ang tuna, langis ng oliba, suka, sibuyas, perehil, tarragon, at Dijon hanggang sa pinagsama; timplahan ng asin at paminta ayon sa panlasa.

d) Hatiin ang pinaghalong tuna sa 4 (32-onsa) na malapad na bibig na garapon na may mga takip. Itaas ang berdeng patanis, itlog, kamatis, mantikilya lettuce, arugula, at olive. Palamigin ng hanggang 3 araw.

e) Upang ihain, kalugin ang mga nilalaman ng isang garapon. Ihain kaagad, na may lemon wedges kung ninanais.

## 80. Mga maanghang na tuna mangkok

**MGA SANGKAP**

- 1 tasang long-grain brown kanin
- 3 kutsarang mayonesa ng langis ng oliba
- 3 kutsarang Greek yogurt
- 1 kutsarang sriracha sarsa, o higit pa sa panlasa
- 1 kutsarang katas ng kalamansi
- 2 kutsarita ng reduced-sodium soy sarsa
- 2 (5-onsa) na lata ng albacore tuna, pinatuyo at binanlawan
- Kosher salt at sariwang giniling na itim na paminta, sa panlasa
- 2 tasang ginutay-gutay na kale
- 1 kutsarang toasted sesame buto
- 2 kutsarita ng toasted sesame oil
- 1 $\frac{1}{2}$ tasang diced English pipino
- $\frac{1}{2}$ tasang adobo na luya
- 3 berdeng sibuyas, hiniwa ng manipis
- $\frac{1}{2}$ tasang ginutay-gutay na inihaw na nori

**MGA DIREKSYON**

a) Lutuin ang kanin ayon sa mga tagubilin sa pakete sa 2 tasa ng tubig sa isang medium na kasirola; itabi.
b) Sa isang maliit na mangkok, haluin ang mayonesa, yogurt, sriracha, katas ng kalamansi, at toyo. Ibuhos ang 2 kutsara ng pinaghalong mayonesa sa pangalawang mangkok, takpan, at palamigin. Pukawin ang tuna sa natitirang mayo mixture at dahan-dahang ihagis upang pagsamahin; timplahan ng asin at paminta ayon sa panlasa.
c) Sa isang medium na mangkok, pagsamahin ang kale, sesame buto, at sesame oil; timplahan ng asin at paminta ayon sa panlasa.
d) Hatiin ang bigas sa mga lalagyan ng paghahanda ng pagkain. Itaas ang pinaghalong tuna, pinaghalong kale, pipino, luya, berdeng sibuyas, at nori. Palamigin ng hanggang 3 araw.
e) Upang ihain, ibuhos ang halo ng mayonesa.

# 81. Bifstik cobb salad

**Balsamic vinaigrette**

- 3 kutsarang extra-virgin olive oil
- 4 ½ kutsarita ng balsamic vinegar
- 1 sibuyas na bawang, pinindot
- 1 ½ kutsarita ng pinatuyong parsley mga natuklap
- ¼ kutsarita ng tuyo na basil
- ¼ kutsarita ng pinatuyong oregano

**Salad**

- 4 katamtamang itlog
- 1 kutsarang unsalted mantikilya
- 12 onsa na bifstik
- 2 kutsarita ng langis ng oliba
- Kosher salt at sariwang giniling na itim na paminta, sa panlasa
- 8 tasang baby spinach
- 2 tasang cherry tomatoes, hinati
- ½ tasang pecan halves
- ½ tasa crumbled reduced-fat feta cheese

**MGA DIREKSYON**

a) PARA SA BALSAMIC VINAIGRETTE: Paghaluin ang langis ng oliba, balsamic vinegar, asukal, bawang, perehil, basil, oregano, at mustasa (kung ginagamit) sa isang medium na mangkok. Takpan at palamigin ng hanggang 3 araw.

b) Ilagay ang mga itlog sa isang malaking kasirola at takpan ng malamig na tubig ng 1 pulgada. Pakuluan at lutuin ng 1 minuto. Takpan ang palayok na may masikip na takip at alisin mula sa init; hayaang umupo ng 8 hanggang 10 minuto. Patuyuin ng mabuti at hayaang lumamig bago balatan at hiwain.

c) Matunaw ang mantikilya sa isang malaking kawali sa medium-high heat. Gamit ang mga tuwalya ng papel, patuyuin ang magkabilang gilid ng bifstik. Ibuhos ang langis ng oliba at timplahan ng asin at paminta. Idagdag ang bifstik sa kawali at lutuin, baligtarin nang isang beses, hanggang maluto sa nais na pagkaluto, 3 hanggang 4 na minuto bawat gilid para sa katamtamang bihira. Hayaang magpahinga ng 10 minuto bago hiwain sa kagat-laki ng mga piraso.

d) Upang tipunin ang mga salad, ilagay ang spinach sa mga lalagyan ng paghahanda ng pagkain; itaas na may nakaayos na mga hilera ng bifstik, itlog, kamatis, pecan, at feta. Takpan at palamigin ng hanggang 3 araw. Ihain kasama ang balsamic vinaigrette o ninanais na dressing.

82. Ang kamote ay nagpapalusog sa mga mangkok

**MGA SANGKAP**

- 2 katamtamang kamote, binalatan at gupitin sa 1 pulgadang tipak
- 3 kutsarang extra-virgin olive oil, hinati
- $\frac{1}{2}$ kutsarita ng pinausukang paprika
- Kosher salt at sariwang giniling na itim na paminta, sa panlasa
- 1 tasang farro
- 1 bungkos ng lacinato kale, ginutay-gutay
- 1 kutsarang sariwang kinatas na lemon juice
- 1 tasang ginutay-gutay na pulang repolyo
- 1 tasa ng kalahating cherry tomatoes
- $\frac{3}{4}$ tasa Crispy Garbanzo Patanis
- 2 abukado, hinati, pitted, at binalatan

**MGA DIREKSYON**

a) Painitin muna ang hurno sa 400 degrees F. Lalagyan ng parchment paper ang baking sheet.

b) Ilagay ang kamote sa inihandang baking sheet. Magdagdag ng 1 $\frac{1}{2}$ kutsara ng langis ng oliba at paprika, timplahan ng asin at paminta, at dahan-dahang ihalo upang pagsamahin. Ayusin sa isang layer at maghurno ng 20 hanggang 25 minuto, paikutin ng isang beses, hanggang madaling mabutas ng tinidor.

c) Magluto ng farro ayon sa mga tagubilin sa pakete; itabi.

d) Pagsamahin ang kale, lemon juice, at ang natitirang 1 $\frac{1}{2}$ tablespoons olive oil sa isang medium mangkok. Imasahe ang kale hanggang sa mabulok na mabuti at timplahan ng asin at paminta ayon sa panlasa.

e) Hatiin ang farro sa mga lalagyan ng paghahanda ng pagkain. Itaas ang mga kamote, repolyo, kamatis, at malutong na garbanzo. Palamigin ng hanggang 3 araw. Ihain kasama ang avocado.

# 83. Thai manok buddha mangkoks

**MGA SANGKAP**

**Maanghang na peanut sarsa**

- 3 kutsarang mag-atas peanut mantikilya
- 2 kutsarang sariwang piniga na katas ng kalamansi
- 1 kutsarang reduced-sodium soy sarsa
- 2 kutsarita ng dark brown sugar
- 2 kutsarita ng sambal oelek (giniling na sariwang chile paste)

**Salad**

- 1 tasang farro
- ¼ tasa ng stock ng manok
- 1 ½ kutsarang sambal oelek (giling na sariwang chile paste)
- 1 kutsarang light brown sugar
- 1 kutsarang sariwang kinatas na katas ng kalamansi
- 1 libra na walang buto, walang balat na dibdib ng manok, gupitin sa 1-pulgadang tipak
- 1 kutsarang gawgaw
- 1 kutsarang patis
- 1 kutsarang langis ng oliba
- 2 cloves ng bawang, tinadtad
- 1 bawang, tinadtad
- 1 kutsarang bagong gadgad na luya
- Kosher salt at sariwang giniling na itim na paminta, sa panlasa
- 2 tasang ginutay-gutay na kale
- 1 ½ tasang ginutay-gutay na lilang repolyo
- 1 tasang patani sprouts
- 2 karot, binalatan at gadgad
- ½ tasa sariwang dahon ng cilantro
- ¼ tasang inihaw na mani

**MGA DIREKSYON**

a) PARA SA PEANUT SARSA: Pagsamahin ang peanut mantikilya, katas ng kalamansi, toyo, brown sugar, sambal oelek, at 2 hanggang 3 kutsarang tubig sa isang maliit na mangkok. Takpan at palamigin ng hanggang 3 araw.
b) Magluto ng farro ayon sa mga tagubilin sa pakete; itabi.
c) Habang nagluluto ang farro, sa isang maliit na mangkok, haluin ang stock, sambal oelek, brown sugar, at katas ng kalamansi; itabi.
d) Sa isang malaking mangkok, pagsamahin ang manok, gawgaw, at patis, ihalo, at hayaang masipsip ng manok ang gawgaw sa loob ng ilang minuto.
e) Init ang langis ng oliba sa isang malaking kawali sa katamtamang init. Idagdag ang manok at lutuin hanggang sa ginintuang, 3 hanggang 5 minuto. Idagdag ang bawang, bawang, at luya at magpatuloy sa pagluluto, madalas na pagpapakilos, hanggang sa mabango, mga 2 minuto. Haluin ang pinaghalong stock at lutuin hanggang bahagyang lumapot, mga 1 minuto. Timplahan ng asin at paminta ayon sa panlasa.
f) Hatiin ang farro sa mga lalagyan ng paghahanda ng pagkain. Itaas ang manok, kale, repolyo, patani sprouts, carrots, cilantro, at mani. Panatilihin itong sakop sa refrigerator 3 hanggang 4 na araw. Ihain kasama ang maanghang na peanut sarsa.

## 84. Thai peanut manok wrap

**MGA SANGKAP**

**Coconut curry peanut sarsa**

- $\frac{1}{4}$ tasa ng magaan na gata ng niyog
- 3 kutsarang mag-atas peanut mantikilya
- 1 $\frac{1}{2}$ kutsarang tinimplahan na kanin wine vinegar
- 1 kutsarang reduced-sodium soy sarsa
- 2 kutsarita ng dark brown sugar
- 1 kutsarita ng chili garlic sarsa
- $\frac{1}{4}$ kutsarita dilaw na curry pulbos

**Balutin**

- 2 $\frac{1}{2}$ tasang natirang diced rotisserie na manok
- 2 tasang ginutay-gutay na repolyo ng Napa
- 1 tasa ng manipis na hiwa ng pulang kampanilya
- 2 karot, binalatan at gupitin sa mga palito ng posporo
- 1 $\frac{1}{2}$ kutsarang sariwang kinatas na katas ng kalamansi
- 1 kutsarang mayonesa ng langis ng oliba
- Kosher salt at sariwang giniling na itim na paminta, sa panlasa
- 3 onsa na may pinababang taba na mag-atas cheese, sa temperatura ng kuwarto
- 1 kutsarita na bagong gadgad na luya
- 4 (8-pulgada) na pambalot ng tortilla ng kamatis na pinatuyong araw

**MGA DIREKSYON**

a) PARA SA COCONUT CURRY PEANUT SARSA: Pagsamahin ang gata ng niyog, peanut mantikilya, kanin wine vinegar, toyo, brown sugar, chili garlic sarsa, at curry pulbos sa isang maliit na mangkok. Magtabi ng 3 kutsara para sa manok; palamigin ang natitira hanggang handa nang ihain.

b) Sa isang malaking mangkok, pagsamahin ang manok at ang 3 kutsarang peanut sarsa at ihalo hanggang mabalot.

c) Sa isang medium mangkok, pagsamahin ang repolyo, bell paminta, carrots, lime juice, at mayonesa; timplahan ng asin at paminta ayon sa panlasa.

d) Sa isang maliit na mangkok, pagsamahin ang mag-atas cheese at luya; timplahan ng asin at paminta ayon sa panlasa.

e) Ikalat ang pinaghalong mag-atas cheese nang pantay-pantay sa mga tortilla, na nag-iiwan ng 1-pulgadang hangganan. Itaas ang manok at ang pinaghalong repolyo. Tiklupin ang mga gilid nang humigit-kumulang 1 pulgada, pagkatapos ay igulong nang mahigpit mula sa ibaba. Panatilihin itong sakop sa refrigerator 3 hanggang 4 na araw. Ihain ang bawat balot na may coconut curry peanut sarsa.

## 85. Turkey spinach mga pinwheel

**MGA SANGKAP**

- 1 hiwa ng cheddar cheese
- 2 onsa ng manipis na hiniwang dibdib ng pabo
- $\frac{1}{2}$ tasang baby spinach
- 1 (8-pulgada) spinach tortilla
- 6 na baby carrots
- $\frac{1}{4}$ tasa ng ubas
- 5 hiwa ng pipino

**MGA DIREKSYON**

a) Ilagay ang keso, pabo, at spinach sa gitna ng tortilla. Dalhin ang ilalim na gilid ng tortilla nang mahigpit sa ibabaw ng spinach at tiklupin ang mga gilid. I-gumulong up hanggang maabot ang tuktok ng tortilla. Gupitin sa 6 na mga pinwheel.

b) Ilagay ang mga pinwheel, karot, ubas, at hiwa ng pipino sa isang lalagyan ng paghahanda ng pagkain. Panatilihing sakop sa refrigerator sa loob ng 2 hanggang 3 araw.

## 86. Turkey taco salad

**MGA SANGKAP**

- 1 kutsarang langis ng oliba
- 1 ½ pounds ground turkey
- 1 (1.25-onsa) na pakete ng taco seasoning
- 8 tasang ginutay-gutay na romaine lettuce
- ½ tasa Pico de tandang (gawa sa bahay o binili sa tindahan)
- ½ tasa ng Greek yogurt
- ½ tasang ginutay-gutay na Mexican cheese timpla
- 1 kalamansi, gupitin sa mga wedges

**MGA DIREKSYON**

a) Init ang langis ng oliba sa isang malaking kawali sa medium-high heat. Idagdag ang giniling na pabo at lutuin hanggang magkulay, 3 hanggang 5 minuto, siguraduhing gumuho ang karne habang niluluto ito; haluin ang taco seasoning. Alisan ng tubig ang labis na taba.

b) Ilagay ang romaine lettuce sa mga ng sanwits bag. Ilagay ang Pico de tandang, yogurt, at keso sa magkahiwalay na 2-ounce na Jell-O-shot na tasa na may mga takip. Ilagay ang lahat—ang turkey, romaine, Pico de tandang, yogurt, keso, at lime wedges—sa mga lalagyan ng paghahanda ng pagkain.

## 87. Napakaberdeng mason jar salad

**MGA SANGKAP**

- $\frac{3}{4}$ tasa ng perlas na barley
- 1 tasang sariwang dahon ng basil
- $\frac{3}{4}$ tasa 2% Greek yogurt
- 2 berdeng sibuyas, tinadtad
- 1 $\frac{1}{2}$ kutsarang sariwang kinatas na katas ng kalamansi
- 1 sibuyas na bawang, binalatan
- Kosher salt at sariwang giniling na itim na paminta, sa panlasa
- $\frac{1}{2}$ English pipino, tinadtad nang magaspang
- 1 pound (4 na maliit) zucchini, spiralized
- 4 na tasang ginutay-gutay na kale
- 1 tasa frozen green peas, lasaw
- $\frac{1}{2}$ tasa crumbled reduced-fat feta cheese
- $\frac{1}{2}$ tasang pea shoots
- 1 kalamansi, gupitin sa mga wedges (opsyonal)

**MGA DIREKSYON**

a) Lutuin ang barley ayon sa mga tagubilin sa pakete; hayaang lumamig nang buo at itabi.

b) Upang gawin ang dressing, pagsamahin ang basil, yogurt, berdeng sibuyas, katas ng kalamansi, at bawang sa mangkok ng pipino at timplahan ng asin at paminta. Pulse hanggang makinis, mga 30 segundo hanggang 1 minuto.

c) Hatiin ang dressing sa 4 (32-onsa) malawak na bibig na garapon na may mga takip. Itaas ang pipino, zucchini pansits, barley, kale, peas, feta, at pea shoots. Palamigin ng hanggang 3 araw.

d) Upang ihain, iling ang mga nilalaman sa isang garapon. Ihain kaagad, na may lime wedges, kung ninanais.

## 88. Mga mangkok ng tagsibol gumulong ng zucchini

**MGA SANGKAP**

- 3 kutsarang mag-atas peanut mantikilya
- 2 kutsarang sariwang piniga na katas ng kalamansi
- 1 kutsarang reduced-sodium soy sarsa
- 2 kutsarita ng dark brown sugar
- 2 kutsarita ng sambal oelek (giniling na sariwang chile paste)
- 1-pound medium shrimp, binalatan at hiniwa
- 4 medium zucchini, spiralized
- 2 malalaking karot, binalatan at gadgad
- 2 tasang ginutay-gutay na lilang repolyo
- ⅓tasa ng sariwang dahon ng cilantro
- ⅓tasang dahon ng basil
- $\frac{1}{4}$ tasa ng dahon ng mint
- $\frac{1}{4}$ tasa tinadtad na inihaw na mani

**MGA DIREKSYON**

a) PARA SA PEANUT SARSA: Pagsamahin ang peanut mantikilya, katas ng kalamansi, toyo, brown sugar, sambal oelek, at 2 hanggang 3 kutsarang tubig sa isang maliit na mangkok. Palamigin ng hanggang 3 araw, hanggang handa nang ihain.

b) Sa isang malaking palayok ng kumukulong inasnan na tubig, lutuin ang hipon hanggang kulay rosas, mga 3 minuto. Patuyuin at palamig sa isang mangkok ng tubig na yelo. Patuyuin ng mabuti.

c) Hatiin ang zucchini sa mga lalagyan ng paghahanda ng pagkain. Itaas ang hipon, karot, repolyo, cilantro, basil, mint, at mani. Panatilihin itong sakop sa refrigerator 3 hanggang 4 na araw. Ihain kasama ang maanghang na peanut sarsa.

# SALADS

## 89. Mga Gulay na Sili-Lime

SERVINGS:2

KABUUANG ORAS PARA SA PAGHAHANDA:25 Minuto

**MGA SANGKAP:**

- 1 pirasong luya
- 1 sibuyas ng bawang
- 1 bungkos na Bok Choi, hiniwa
- Patani sprouts
- 1 karot, hiniwa ng posporo
- 1 kutsarita ng gulay bouillon
- 5 tagsibol onion
- 1 paminta, hiniwa
- 1/2 courgette, diced
- 4 na bulaklak ng broccoli
- Isang dakot na sugar-snap na gisantes
- Soba pansits

**Pagbibihis:**

- 1 pulang sili
- Malaking dakot ng kulantro
- Katas ng 1 kalamansi

**MGA DIREKSYON:**

a) Pagsamahin ang sili, dahon ng kulantro, at katas ng kalamansi sa isang halo at mortar. Payagan ang pagbubuhos sa gilid.

b) Gupitin din ang mga broccoli florets sa maliliit na piraso. Gusto naming gawing manipis na hiwa ang pagkain upang mabilis itong maluto.

c) Ihanda ang stock na may 50ml ng tubig at pakuluan sa isang kawali. Pagkatapos ng isang minutong pagpapasingaw, idagdag ang iba pang mga gulay at ang bawang at luya.

d) Pagkatapos ng steam magpritoing ng tatlong minuto.

e) Ihain ang manok sa isang kama ng soba pansits.

f) Ihain na may kasamang chili-lime dressing sa ibabaw.

## 90. Lemon Pasta na may Broccoli at Courgette

SERVINGS:2
KABUUANG ORAS PARA SA PAGHAHANDA:10 minuto

**MGA SANGKAP:**

- 1 ulo ng broccoli
- Isang dakot ng mga gisantes
- 2 sibuyas ng bawang
- 2 Servings ng Spelled pasta, niluto
- 1 courgette
- 1 kutsarita ng langis ng niyog
- 1 kamatis
- Kurutin ang Himalayan salt at itim paminta sa panlasa
- 1/2 pulang sibuyas
- Juice ng 1 lemon
- 2 bungkos ng rocket
- Patak ng langis ng oliba

**MGA DIREKSYON:**

a) Igisa ang broccoli, peas, bawang, pulang sibuyas, at courgette sa langis ng niyog.
b) Ihagis ang pasta kasama ang tinadtad na kamatis at rocket, at ang lemon juice.

## 91. Aubergine, Patatas at Sisiw gisantes

SERVINGS:2

KABUUANG ORAS PARA SA PAGHAHANDA:10 minuto

**MGA SANGKAP:**

- 1 sibuyas, binalatan at hiniwa ng makinis
- 1 kutsarita kulantro
- 1 talong
- 1 patatas
- 2 kutsarang langis ng niyog
- 1/2 kutsarita ng kumin
- 1 lata ng sisiw gisantess
- 1/4 kutsarita ng turmerik
- Sariwang kulantro

**SARSA:**

- 1 sibuyas, binalatan at hiniwa ng makinis
- 2 kutsarita ng luya, binalatan at gadgad
- 6 buong clove
- 450g kamatis ng plum
- 1/4 kutsarita ng turmerik
- 2 kutsarang langis ng niyog
- 3 cloves ng bawang, durog
- 1/2 kutsarita ng ground coriander
- 1/2 kutsarita ng giniling na kumin
- 1 1/2 kutsarita ng asin
- 1 kutsarita ng pulang sili na pulbos, sa panlasa

**MGA DIREKSYON:**

a) Igisa ang sibuyas at cumin buto sa loob ng 3 minuto.
b) Idagdag ang patatas, aubergine, sisiw gisantess, ground coriander, cumin, at turmeric.
c) Lutuin ang sibuyas, bawang, luya, at mga clove sa loob ng animnapung segundo at pagkatapos ay idagdag ang tinadtad na kamatis, turmerik, at iba pang pampalasa.
d) Haluin ang mga sarsa gamit ang isang hand blender hanggang sa halos mahalo ang mga ito. Pagkatapos nito, idagdag ang mga gulay, kulantro, tubig, asin, at paminta ayon sa panlasa.
e) Tapusin sa isang pagwiwisik ng sariwang kulantro at ihain.

## 92. Kale Slaw at Mag-atas Nagbibihis

SERVINGS:2
KABUUANG ORAS PARA SA PAGHAHANDA:15 Minuto

**MGA SANGKAP:**
- 1/3 tasa ng linga
- 1 kampanilya paminta
- 1/3 tasa ng sunflower buto
- 1 pulang sibuyas
- 1 bungkos ng kale
- 4 na tasa ng pulang repolyo, ginutay-gutay
- 1 piraso ng ugat na luya
- Sariwang kulantro
- 1 Naghahain ng cashew dressing

**MGA DIREKSYON:**

a) Paghaluin ang lahat ng sangkap.

## 93. Brussels, Carrot sa Mga gulay

SERVINGS:2

KABUUANG ORAS PARA SA PAGHAHANDA:15 Minuto

**MGA SANGKAP:**

- 1 brokuli
- 2 karot, hiniwang manipis
- 6 brussels sprouts
- 2 cloves ng bawang
- 1 kutsarita ng caraway buto
- 1/2 lemon
- Balatan ang 1 lemon Olive oil

**MGA DIREKSYON:**

a) Pakuluan ang lahat ng mga gulay sa loob ng 5-8 minuto sa mababang init.

b) Igisa ang bawang na may mga buto ng caraway, balat ng lemon, 1/2 lemon juice, at langis ng oliba.

c) Idagdag ang karot at Brussels sprouts.

## 94. Broccoli Kuliplor Magprito

SERVINGS:2

KABUUANG ORAS PARA SA PAGHAHANDA:20 Minuto

**MGA SANGKAP:**

- 4 na bulaklak ng broccoli
- 4 na kuliplor na bulaklak
- 1 paminta
- Samu't saring sprouts
- 3 tagsibol onion
- 1 sibuyas ng bawang, tinadtad na Liquid Aminos
- Wild/brown kanin

**MGA DIREKSYON:**

a) Magluto ng kanin sa isang stock ng gulay na walang lebadura.

b) Iprito ang bawang at sibuyas sa isang bapor sa loob ng tatlong minuto.

c) Ihagis ang mga natitirang sangkap at pakuluan ng ilang minuto pa.

## 95. Asparagus at Zucchini Pasta

SERVINGS:4
KABUUANG ORAS PARA SA PAGHAHANDA:20 Minuto

**MGA SANGKAP:**

- 4 na kamatis, hiniwa
- 1 zucchini
- 1/2 pulang sibuyas, diced
- 1 bungkos ng asparagus, steamed
- 200g ng rocket
- 12 dahon ng basil
- 2 cloves ng bawang
- 4 na servings ng spelling pasta, niluto
- Langis ng oliba

**MGA DIREKSYON:**

a) Pagsamahin ang sibuyas at mga kamatis na may mga dakot ng rocket, at asparagus at itabi ang mga ito.

b) Haluin ang natitirang mga sangkap hanggang sa mabuo ang isang makinis at mapusyaw na berdeng sarsa.

c) Ihagis ang pasta kasama ang sarsa, hatiin ito sa mga mangkok, at itaas ang kamatis, pulang sibuyas, asparagus, at rocket.

## 96. Vitlogie-Pinalamanan na mga kamatis

SERVINGS:2
KABUUANG ORAS PARA SA PAGHAHANDA:30 Minuto

**MGA SANGKAP:**

- 1 kutsarang malamig-pressed oil
- 2 kamatis
- Kalahating maliit na aubergine
- 1 sibuyas
- 1/3 ng isang courgette
- 1-2 cloves ng bawang
- Kurot ng asin at paminta sa dagat
- 1 bungkos ng sariwang dahon ng spinach

**MGA DIREKSYON:**

a) Painitin muna ang oven sa 160 degrees Celsius (325 degrees Fahrenheit).
b) Pagsamahin ang mga gulay na may spinach, asin, at paminta, pagkatapos ay ibuhos ang mantika.
c) Pagkatapos nito, ilagay ang mga kamatis sa itaas at i-scoop ang gitna. Pagsamahin ang gitnang piraso sa natitirang bahagi ng timpla at ihalo nang mabuti.
d) Ngayon ay dapat mong maingat na ilagay ang lahat pabalik sa mga kamatis.
e) Ilagay ang mga kamatis sa isang malaking kawali na may humigit-kumulang 80ml ng tubig at takpan ito ng takip kapag natitiyak mong wala nang iba pang bagay na kasya sa kanila.
f) Maghurno ng 18 minuto.

## 97. Aubergines Ratatouille

SERVINGS:4
KABUUANG ORAS PARA SA PAGHAHANDA:30 Minuto

**MGA SANGKAP:**

- 2 bungkos ng baby spinach
- 3 aubergines, hiniwa
- 6 Pitted itim olives
- 3 courgettes, hiniwa
- 2 pulang paminta
- 5 kamatis, hiniwa
- 3 kutsarang dahon ng thyme
- 2 cloves ng bawang
- dahon ng basil
- Mga buto ng kulantro
- Magpahid ng extra virgin olive oil
- Kurutin ang Himalayan salt at itim paminta

**MGA DIREKSYON:**

a) Alisin ang mga balat at hiwain ang mga courgettes at aubergine upang magkatugma.
b) Sa isang kawali, magpainit ng kaunting olive o coconut oil at igisa ang isang bombilya ng bawang nang dahan-dahan.
c) Ilagay ang aubergine sa isang salaan at pindutin gamit ang mga tuwalya ng papel sa kusina upang alisin ang anumang labis na mantika pagkatapos maluto nang sabay-sabay.
d) Mag-init ng mas maraming mantika, pagkatapos ay idagdag ang courgette at ang iba pang bawang.
e) Pagsamahin ang natitirang mga sangkap sa isang malaking kawali at init sa loob ng 3 minuto.

## 98. Mga kabute at spinach

SERVINGS:2

KABUUANG ORAS PARA SA PAGHAHANDA:15 minuto

**MGA SANGKAP:**

- 1 kutsarita ng langis ng niyog
- 5-6 na mushroom, hiniwa
- 2 kutsarang langis ng oliba
- $\frac{1}{2}$ pulang sibuyas, hiniwa
- 1 clove ng bawang, tinadtad
- $\frac{1}{2}$ kutsarita sariwang lemon zest, pinong gadgad
- $\frac{1}{4}$ tasa ng cherry tomatoes, hiniwa
- Kurot ng ground nutmeg
- 3 tasang sariwang spinach, ginutay-gutay
- $\frac{1}{2}$ kutsarang sariwang lemon juice
- Kakarampot na asin
- Kurutin ang itim na paminta

**MGA DIREKSYON:**

a) Init ang langis ng niyog at igisa ang mga kabute sa loob ng halos 4 na minuto.

b) Init ang langis ng oliba at lutuin ang sibuyas ng mga 3 minuto.

c) Idagdag ang bawang, lemon zest at mga kamatis, asin, at itim na paminta at lutuin ng mga 2-3 minuto, bahagyang dinurog ang mga kamatis gamit ang isang spatula.

d) Magluto ng mga 2-3 minuto pagkatapos idagdag ang spinach.

e) Paghaluin ang mga mushroom at lemon juice at alisin sa init.

## 99. Itim Paminta Citrusy spinach

SERVINGS:4

KABUUANG ORAS PARA SA PAGHAHANDA:10 minuto

KABUUANG ORAS PARA SA PAGLULUTO:7 minuto

**MGA SANGKAP:**

- 2 kutsarang langis ng oliba (extra-virgin)
- 2 sibuyas ng bawang, durog
- Juice ng 1 orange
- zest ng 1 orange
- 3 tasang sariwang baby spinach
- 1 kutsarita ng asin sa dagat
- $\frac{1}{8}$ kutsarita ng itim na paminta, sariwang giniling

**MGA DIREKSYON:**

a) Init ang langis ng oliba Sa isang kawali sa mataas na apoy hanggang sa magsimula itong kumulo.

b) Magluto, pana-panahong pagpapakilos, sa loob ng 3 minuto pagkatapos idagdag ang spinach at bawang.

c) Magdagdag ng orange juice, orange zest, asin, at paminta.

d) Magluto, patuloy na pagpapakilos hanggang ang mga juice ay sumingaw, mga 4 na minuto.

# KONGKLUSYON

Napakaraming masasarap na panrehiyong lutuin sa buong Korea at America, bawat isa ay parangal sa yaman ng nakapalibot na lupain at dagat. Mula sa maanghang na pansits at rib-sticking stews hanggang sa malasang tiyan ng baboy at maraming banchan, makakahanap ka ng mga plato at mangkok na puno ng kanin, gulay, pagkaing-dagat at lahat ng bagay na fermented. Kung bago ka sa Korean-Americano na pagluluto at naghahanap ng lugar para magsimula, inirerekomenda namin ang mga recipe na ito. Ang ilan ay tunay at ang iba ay inspirasyon ngunit lahat sila ay nagbabahagi ng isang bagay na karaniwan: ang malawak na pinaniniwalaan na kapag kumain ka ng mabuti, ikaw ay magaling.

www.ingramcontent.com/pod-product-compliance
Lightning Source LLC
LaVergne TN
LVHW010949061026
849535LV00006B/1629